TRANZLATY

Language is for everyone

Tungumál er fyrir alla

The Little Mermaid

Litla Hafmeyjan

Hans Christian Andersen

English / Íslenska

Copyright © 2023 Tranzlaty
All rights reserved.
Published by Tranzlaty
ISBN: 978-1-83566-953-2
Original text by Hans Christian Andersen
Den Lille Havfrue
First published in Danish in 1837
www.tranzlaty.com

The Sea King's Palace
Höllin Sjávarkóngsins

Far out in the ocean, where the water is blue
Langt út í sjó, þar sem vatnið er blátt
here the water is as blue as the prettiest cornflower
hér er vatnið blátt eins og fallegasta kornblóm
and the water is as clear as the purest crystal
og vatnið er eins tært og hreinasti kristal
this water, far out in the ocean is very, very deep
þetta vatn, langt út í hafinu, er mjög, mjög djúpt
water so deep, indeed, that no cable could reach the bottom
vatn svo djúpt, að enginn strengur komst til botns
you could pile many church steeples upon each other
þú gætir hrúgað mörgum kirkjutornum hver á annan
but all the churches could not reach the surface of the water
en allar kirkjur náðu ekki ofan á vatnið
There dwell the Sea King and his subjects
Þar búa sjávarkonungurinn og þegnar hans
you might think it is just bare yellow sand at the bottom
þú gætir haldið að það sé bara gulur sandur neðst
but we must not imagine that there is nothing there
en við megum ekki ímynda okkur að það sé ekkert þar
on this sand grow the strangest flowers and plants
á þessum sandi vaxa undarlegustu blóm og plöntur
and you can't imagine how pliant the leaves and stems are
og þú getur ekki ímyndað þér hversu mjúk blöðin og stilkarnir eru
the slightest agitation of the water causes the leaves to stir
minnsta hræring vatnsins veldur því að blöðin hrærast
it is as if each leaf had a life of its own
það er eins og hvert laufblað hafi sitt eigið líf
Fishes, both large and small, glide between the branches
Fiskar, stórir og smáir, renna á milli greinanna
just like when birds fly among the trees here upon land
alveg eins og þegar fuglar fljúga á milli trjánna hér á landi

In the deepest spot of all stands a beautiful castle
Í dýpstu stað allra stendur fallegur kastali
this beautiful castle is the castle of the Sea King
þessi fallegi kastali er kastali Sea King
the walls of the castle are built of coral
veggir kastalans eru byggðir úr kóral
and the long Gothic windows are of the clearest amber
og löngu gotnesku gluggarnir eru af skýrustu gulu
The roof of the castle is formed of sea shells
Þak kastalans er myndað úr sjávarskeljum
and the shells open and close as the water flows over them
og skeljarnar opnast og lokast þegar vatnið rennur yfir þær
Their appearance is more beautiful than can be described
Útlit þeirra er fallegra en hægt er að lýsa
within each shell there lies a glittering pearl
innan hverrar skeljar er glitrandi perla
and each pearl would be fit for the diadem of a queen
og hver perla væri hæf fyrir drottningu

The Sea King had been a widower for many years
Sjókonungurinn hafði verið ekkjumaður í mörg ár
and his aged mother looked after the household for him
og öldruð móðir hans sá um heimilið fyrir hann
She was a very sensible woman
Hún var mjög skynsöm kona
but she was exceedingly proud of her royal birth
en hún var ákaflega stolt af konunglegri fæðingu sinni
and on that account she wore twelve oysters on her tail
ok bar af þeim sökum tólf ostrur á skottinu
others of high rank were only allowed to wear six oysters
aðrir af háum stéttum máttu aðeins bera sex ostrur
She was, however, deserving of very great praise
Hún átti hins vegar mjög mikið hrós skilið
there was something she especially deserved praise for
það var eitthvað sem hún átti sérstaklega hrós skilið fyrir

she took great care of the little sea princesses
hún hugsaði mjög vel um litlu sjávarprinsessurnar
she had six granddaughters that she loved
hún átti sex barnabörn sem hún elskaði
all the sea princesses were beautiful children
allar sjávarprinsessurnar voru falleg börn
but the youngest sea princess was the prettiest of them
en yngsta sjóprinsessan var þeirra fallegust
Her skin was as clear and delicate as a rose leaf
Húð hennar var skýr og viðkvæm eins og rósablað
and her eyes were as blue as the deepest sea
og augu hennar voru blá eins og hið dýpsta hafið
but, like all the others, she had no feet
en eins og allir hinir hafði hún enga fætur
and at the end of her body was a fish's tail
og í lok líkama hennar var fiskhali

All day long they played in the great halls of the castle
Allan daginn léku þeir sér í stóru sölum kastalans
out of the walls of the castle grew beautiful flowers
upp úr veggjum kastalans uxu falleg blóm
and she loved to play among the living flowers
og hún elskaði að leika sér meðal lifandi blóma
The large amber windows were open, and the fish swam in
Stórir gulbrúnir gluggar voru opnir og fiskurinn synti inn
it is just like when we leave the windows open
þetta er alveg eins og þegar við skiljum gluggana eftir opna
and then the pretty swallows fly into our houses
og svo fljúga fallegu svalirnar inn í húsin okkar
only the fishes swam up to the princesses
aðeins fiskarnir syntu upp að prinsessunum
they were the only ones that ate out of her hands
þeir voru þeir einu sem átu úr höndum hennar
and they allowed themselves to be stroked by her
og leyfðu sér að strjúka af henni

Outside the castle there was a beautiful garden
Fyrir utan kastalann var fallegur garður
in the garden grew bright-red and dark-blue flowers
í garðinum uxu skærrauð og dökkblá blóm
and there grew blossoms like flames of fire
og þar uxu blóm eins og eldslogi
the fruit on the plants glittered like gold
ávöxturinn á plöntunum glitraði eins og gull
and the leaves and stems continually waved to and fro
og blöðin og stilkarnir veifuðu stöðugt til og frá
The earth on the ground was the finest sand
Jörðin á jörðinni var fínasti sandurinn
but this sand does not have the colour of the sand we know
en þessi sandur hefur ekki lit þess sands sem við þekkjum
this sand is as blue as the flame of burning sulphur
þessi sandur er blár eins og loginn af brennandi brennisteini
Over everything lay a peculiar blue radiance
Yfir öllu lá sérkennilegur blár ljómi
it is as if the blue sky were everywhere
það er eins og blár himinn sé alls staðar
the blue of the sky was above and below
blár himinsins var fyrir ofan og neðan
In calm weather the sun could be seen
Í rólegu veðri sást til sólar
from here the sun looked like a reddish-purple flower
héðan var sólin eins og rauðfjólublá blóm
and the light streamed from the calyx of the flower
og ljósið streymdi frá bikar blómsins

the palace garden was divided into several parts
hallargarðinum var skipt í nokkra hluta
Each of the princesses had their own little plot of ground
Hver af prinsessunum átti sína litlu lóð
on this plot they could plant whatever flowers they pleased
á þessari lóð gátu þeir gróðursett hvaða blóm sem þeir vildu
one princess arranged her flower bed in the form of a whale

ein prinsessa raðaði blómabeðinu sínu í formi hvals
one princess arranged her flowers like a little mermaid
ein prinsessa raðaði blómunum sínum eins og lítil hafmeyja
and the youngest child made her garden round, like the sun
og yngsta barnið gerði garðinn sinn hringlaga eins og sólin
and in her garden grew beautiful red flowers
og í garðinum hennar uxu falleg rauð blóm
these flowers were as red as the rays of the sunset
þessi blóm voru rauð eins og geislar sólarlagsins

She was a strange child; quiet and thoughtful
Hún var undarlegt barn; rólegur og hugsi
her sisters showed delight at the wonderful things
systur hennar sýndu ánægju yfir dásamlegum hlutum
the things they obtained from the wrecks of vessels
það sem þeir fengu úr skipaflakunum
but she cared only for her pretty red flowers
en hún hugsaði bara um fallegu rauðu blómin sín
although there was also a beautiful marble statue
þó þar hafi líka verið falleg marmarastytta
the statue was the representation of a handsome boy
styttan var mynd af myndarlegum dreng
the boy had been carved out of pure white stone
drengurinn hafði verið skorinn úr hreinum hvítum steini
and the statue had fallen to the bottom of the sea from a wreck
og styttan hafði fallið til sjávarbotns úr flaki
for this marble statue of a boy she cared about too
fyrir þessa marmarastyttu af strák sem henni þótti líka vænt um

She planted, by the statue, a rose-colored weeping willow
Hún plantaði, við styttuna, rósóttan grátvíðir
and soon the weeping willow hung its fresh branches over the statue
og brátt hékk grátvíðir ferskar greinar sínar yfir styttunni

the branches almost reached down to the blue sands
greinarnar náðu næstum niður á bláa sandana
The shadows of the tree had the color of violet
Skuggarnir á trénu voru með fjólubláum lit
and the shadows waved to and fro like the branches
og skuggarnir veifuðu til og frá eins og greinarnar
all of this created the most interesting illusion
allt þetta skapaði áhugaverðustu blekkinguna
it was as if the crown of the tree and the roots were playing
það var eins og króna trésins og ræturnar léku
it looked as if they were trying to kiss each other
það leit út eins og þau væru að reyna að kyssa hvort annað

her greatest pleasure was hearing about the world above
hennar mesta ánægja var að heyra um heiminn að ofan
the world above the deep sea she lived in
heiminn fyrir ofan djúpið sem hún bjó í
She made her old grandmother tell her all about the upper world
Hún lét gamla ömmu sína segja sér allt um efri heiminn
the ships and the towns, the people and the animals
skipin og bæirnir, fólkið og dýrin
up there the flowers of the land had fragrance
þar uppi höfðu blóm landsins ilm
the flowers below the sea had no fragrance
blómin undir sjónum höfðu engan ilm
up there the trees of the forest were green
þar uppi voru tré skógarins græn
and the fishes in the trees could sing beautifully
og fiskarnir í trjánum gátu sungið fallega
up there it was a pleasure to listen to the fish
Þar uppi var unun að hlusta á fiskinn
her grandmother called the birds fishes
amma hennar kallaði fuglana fiska
else the little mermaid would not have understood
annars hefði litla hafmeyjan ekki skilið það

because the little mermaid had never seen birds
því litla hafmeyjan hafði aldrei séð fugla

her grandmother told her about the rites of mermaids
amma hennar sagði henni frá siðum hafmeyjanna
"one day you will reach your fifteenth year"
„Einn daginn munt þú ná fimmtánda ári þínu"
"then you will have permission to go to the surface"
"þá færðu leyfi til að fara upp á yfirborðið"
"you will be able to sit on the rocks in the moonlight"
"þú munt geta setið á klettunum í tunglskininu"
"and you will see the great ships go sailing by"
"og þú munt sjá stóru skipin sigla fram hjá"
"Then you will see forests and towns and the people"
„Þá muntu sjá skóga og bæi og fólkið"

the following year one of the sisters was going to be fifteen
árið eftir ætlaði ein systranna að verða fimmtán ára
but each sister was a year younger than the other
en hver systirin var ári yngri en önnur
the youngest sister was going to have to wait five years before her turn
yngsta systirin þurfti að bíða í fimm ár áður en hún kæmi að henni
only then could she rise up from the bottom of the ocean
þá fyrst gat hún risið upp af hafsbotni
and only then could she see the earth as we do
og aðeins þá gat hún séð jörðina eins og við
However, each of the sisters made each other a promise
Hins vegar lofaði hver systkin hvor annarri
they were going to tell the others what they had seen
þeir ætluðu að segja hinum hvað þeir höfðu séð
Their grandmother could not tell them enough
Amma þeirra gat ekki sagt þeim nóg
there were so many things they wanted to know about
það var svo margt sem þeir vildu vita um

the youngest sister longed for her turn the most
yngsta systirin þráði mest að koma að henni
but, she had to wait longer than all the others
en hún þurfti að bíða lengur en allar hinar
and she was so quiet and thoughtful about the world
og hún var svo róleg og hugsi um heiminn
there were many nights where she stood by the open window
þær voru margar nætur þar sem hún stóð við opinn gluggann
and she looked up through the dark blue water
og hún leit upp í gegnum dökkbláa vatnið
and she watched the fish as they splashed with their fins
og hún horfði á fiskana þegar þeir skvettu með uggum sínum
She could see the moon and stars shining faintly
Hún gat séð tunglið og stjörnurnar skína dauft
but from deep below the water these things look different
en djúpt undir vatninu líta þessir hlutir öðruvísi út
the moon and stars looked larger than they do to our eyes
tunglið og stjörnurnar virtust stærri en þær gera í augum okkar
sometimes, something like a black cloud went past
stundum fór eitthvað eins og svart ský framhjá
she knew that it could be a whale swimming over her head
hún vissi að þetta gæti verið hvalur sem synti yfir höfuðið á henni
or it could be a ship, full of human beings
eða það gæti verið skip, fullt af mönnum
human beings who couldn't imagine what was under them
manneskjur sem gátu ekki ímyndað sér hvað væri undir þeim
a pretty little mermaid holding out her white hands
falleg lítil hafmeyja sem rétti út hvítar hendurnar
a pretty little mermaid reaching towards their ship
falleg lítil hafmeyja sem teygir sig í átt að skipi sínu

The Little Mermaid's Sisters
Systur litlu hafmeyjunnar

The day came when the eldest mermaid had her fifteenth birthday
Dagurinn rann upp þegar elsta hafmeyjan átti fimmtán ára afmæli
now she was allowed to rise to the surface of the ocean
nú mátti hún rísa upp á yfirborð hafsins
and that night she swum up to the surface
og um nóttina synti hún upp á yfirborðið
you can imagine all the things she saw up there
þú getur ímyndað þér allt það sem hún sá þarna uppi
and you can imagine all the things she had to talk about
og þú getur ímyndað þér allt það sem hún þurfti að tala um
But the finest thing, she said, was to lie on a sand bank
En það besta, sagði hún, var að liggja á sandbakka
in the quiet moonlit sea, near the shore
í rólegu tunglsljósi, nálægt ströndinni
from there she had gazed at the lights on the land
þaðan hafði hún horft á ljósin á landinu
they were the lights of the near-by town
þau voru ljós bæjarins í nágrenninu
the lights had twinkled like hundreds of stars
ljósin höfðu tindrið eins og hundruð stjarna
she had listened to the sounds of music from the town
hún hafði hlustað á tónlist úr bænum
she had heard noise of carriages drawn by their horses
hún hafði heyrt hávaða í vögnum sem hestar þeirra drógu
and she had heard the voices of human beings
og hún hafði heyrt raddir manna
and the had heard merry pealing of the bells
og þeir höfðu heyrt gleðilegan bjölluhljóð
the bells ringing in the church steeples
klukkurnar hringja í kirkjuturnunum
but she could not go near all these wonderful things

en hún gat ekki farið nálægt öllum þessum dásamlegu hlutum
so she longed for these wonderful things all the more
svo hún þráði þessa dásamlegu hluti enn meira

you can imagine how eagerly the youngest sister listened
þið getið ímyndað ykkur hvað yngsta systirin hlustaði ákaft
the descriptions of the upper world were like a dream
lýsingarnar á efri heiminum voru eins og draumur
afterwards she stood at the open window of her room
á eftir stóð hún við opinn gluggann á herberginu sínu
and she looked to the surface, through the dark-blue water
og hún horfði upp á yfirborðið, gegnum dökkbláa vatnið
she thought of the great city her sister had told her of
hún hugsaði um þá miklu borg sem systir hennar hafði sagt henni frá
the great city with all its bustle and noise
stórborgin með öllu sínu ysi og hávaða
she even fancied she could hear the sound of the bells
hún hélt jafnvel að hún gæti heyrt bjölluhljóðið
she imagined the sound of the bells carried to the depths of the sea
hún sá fyrir sér bjölluhljóminn sem borinn var í hafsdjúpin

after another year the second sister had her birthday
eftir annað ár átti önnur systirin afmæli
she too received permission to swim up to the surface
hún fékk líka leyfi til að synda upp á yfirborðið
and from there she could swim about where she pleased
og þaðan gat hún synt þar sem hún vildi
She had gone to the surface just as the sun was setting
Hún hafði farið upp á yfirborðið um leið og sólin var að setjast
this, she said, was the most beautiful sight of all
þetta sagði hún vera fallegasta sjón af öllu
The whole sky looked like a disk of pure gold
Allur himinninn leit út eins og skífa úr skíru gulli
and there were violet and rose-colored clouds

og það voru fjólublá og rósótt ský
they were too beautiful to describe, she said
þeir voru of fallegir til að lýsa, sagði hún
and she said how the clouds drifted across the sky
og hún sagði hvernig skýin ráku yfir himininn
and something had flown by more swiftly than the clouds
og eitthvað hafði flogið hraðar fram hjá en skýin
a large flock of wild swans flew toward the setting sun
stór hópur villtra svana flaug í átt að sólinni
the swans had been like a long white veil across the sea
álftirnar höfðu verið eins og löng hvít blæja yfir hafið
She had also tried to swim towards the sun
Hún hafði líka reynt að synda í átt að sólinni
but some distance away the sun sank into the waves
en nokkru í burtu sökk sólin í öldurnar
she saw how the rosy tints faded from the clouds
hún sá hvernig rósóttir blær dofnuðu úr skýjunum
and she saw how the colour had also faded from the sea
og hún sá hvernig liturinn hafði líka dofnað úr sjónum

the next year it was the third sister's turn
árið eftir var röðin komin að þriðju systur
this sister was the most daring of all the sisters
þessi systir var allra systranna djörfust
she swam up a broad river that emptied into the sea
hún synti upp með breiða á sem tæmdist í sjóinn
On the banks of the river she saw green hills
Á bökkum árinnar sá hún grænar hæðir
the green hills were covered with beautiful vines
grænu hæðirnar voru þaktar fallegum vínvið
and on the hills there were forests of trees
og á hæðunum voru trjáskógar
and out of the forests palaces and castles poked out
og út úr skóginum stungust hallir og kastalar út
She had heard birds singing in the trees
Hún hafði heyrt fugla syngja í trjánum

and she had felt the rays of the sun on her skin
og hún hafði fundið sólargeislana á húðinni
the rays were so strong that she had to dive back
geislarnir voru svo sterkir að hún varð að kafa til baka
and she cooled her burning face in the cool water
og hún kældi brennandi andlitið í köldu vatni
In a narrow creek she found a group of little children
Í þröngri læk fann hún hóp lítilla barna
they were the first human children she had ever seen
þau voru fyrstu mannabörnin sem hún hafði séð
She wanted to play with the children too
Hún vildi líka leika við börnin
but the children fled from her in a great fright
en börnin flýðu frá henni í miklum ótta
and then a little black animal came to the water
og svo kom lítið svart dýr að vatninu
it was a dog, but she did not know it was a dog
þetta var hundur, en hún vissi ekki að þetta væri hundur
because she had never seen a dog before
því hún hafði aldrei séð hund áður
and the dog barked at the mermaid furiously
og hundurinn gelti á hafmeyjuna af reiði
she became frightened and rushed back to the open sea
hún varð hrædd og hljóp aftur út á opið haf
But she said she should never forget the beautiful forest
En hún sagði að hún ætti aldrei að gleyma fallega skóginum
the green hills and the pretty children
grænu hæðirnar og fallegu börnin
she found it exceptionally funny how they swam
henni fannst einstaklega fyndið hvernig þau syntu
because the little human children didn't have tails
vegna þess að litlu mannsbörnin voru ekki með skott
so with their little legs they kicked the water
svo með litlu fótunum spörkuðu þeir í vatnið

The fourth sister was more timid than the last

Fjórða systirin var hræddari en sú síðasta
She had decided to stay in the midst of the sea
Hún hafði ákveðið að vera í miðjum sjónum
but she said it was as beautiful there as nearer the land
en hún kvað þar vera jafn fagurt sem nær landi
from the surface she could see many miles around her
frá yfirborðinu sá hún marga kílómetra í kringum sig
the sky above her looked like a bell of glass
himininn fyrir ofan hana leit út eins og glerbjalla
and she had seen the ships sail by
og hún hafði séð skipin sigla hjá
but the ships were at a very great distance from her
en skipin voru mjög langt frá henni
and, with their sails, the ships looked like sea gulls
og með seglum sínum litu skipin út eins og máfar
she saw how the dolphins played in the waves
hún sá hvernig höfrungar léku sér í öldunum
and great whales spouted water from their nostrils
og miklir hvalir spruttu vatni úr nösum þeirra
like a hundred fountains all playing together
eins og hundrað gosbrunnar allir að leika saman

The fifth sister's birthday occurred in the winter
Fimmtu systirin átti afmæli um veturinn
so she saw things that the others had not seen
svo hún sá hluti sem hinir höfðu ekki séð
at this time of the year the sea looked green
á þessum árstíma var sjórinn grænn
large icebergs were floating on the green water
stórir ísjakar voru á floti á grænu vatni
and each iceberg looked like a pearl, she said
og hver ísjaki leit út eins og perla, sagði hún
but they were larger and loftier than the churches
en þær voru stærri og hærri en kirkjurnar
and they were of the most interesting shapes
og voru þeir af hinum áhugaverðustu myndum

and each iceberg glittered like diamonds
og hver ísjaki glitraði eins og demantar
She had seated herself on one of the icebergs
Hún hafði sest á einn af ísjakanum
and she let the wind play with her long hair
og hún lét vindinn leika við sítt hár
She noticed something interesting about the ships
Hún tók eftir einhverju áhugaverðu við skipin
all the ships sailed past the icebergs very rapidly
öll skipin sigldu mjög hratt framhjá ísjakunum
and they steered away as far as they could
ok stýrðu þeir í burtu eins langt og þeir máttu
it was as if they were afraid of the iceberg
það var eins og þeir væru hræddir við ísjakann
she stayed out at sea into the evening
hún var úti á sjó fram á kvöld
the sun went down and dark clouds covered the sky
sólin fór niður og dökk ský huldu himininn
the thunder rolled across the ocean of icebergs
þruman valt yfir ísjakahafið
and the flashes of lightning glowed red on the icebergs
og eldingarnar glóuðu rauðar á ísjakunum
and the icebergs were tossed about by the heaving sea
og ísjakarnir fleygðust út af sjónum
the sails of all the ships were trembling with fear
segl allra skipanna nötruðu af ótta
and the mermaid sat calmly on the floating iceberg
og hafmeyjan sat róleg á fljótandi ísjakanum
and she watched the lightning strike into the sea
og hún horfði á eldinguna slá í sjóinn

All of her five older sisters had grown up now
Allar fimm eldri systur hennar voru orðnar fullorðnar núna
therefore they could go to the surface when they pleased
því gátu þeir farið upp á yfirborðið þegar þeim þóknaðist
at first they were delighted with the surface world

í fyrstu voru þeir ánægðir með yfirborðsheiminn
they couldn't get enough of the new and beautiful sights
þeir fengu ekki nóg af nýju og fallegu útsýninu
but eventually they all grew indifferent towards the upper world
en að lokum urðu þeir allir áhugalausir gagnvart efri heiminum
and after a month they didn't visit the surface world much at all anymore
og eftir mánuð heimsóttu þeir yfirborðsheiminn alls ekki mikið lengur
they told their sister it was much more beautiful at home
þau sögðu systur sinni að það væri miklu fallegra heima

Yet often, in the evening hours, they did go up
Samt fóru þeir oft upp á kvöldin
the five sisters twined their arms round each other
systurnar fimm tvinnaðu handleggina í kringum aðra
and together, arm in arm, they rose to the surface
og saman, arm í arm, risu þeir upp á yfirborðið
often they went up when there was a storm approaching
oft fóru þeir upp þegar stormur var að nálgast
they feared that the storm might win a ship
þeir óttuðust að stormurinn gæti unnið skip
so they swam to the vessel and sung to the sailors
svo syntu þeir til skipsins og sungu fyrir sjómenn
Their voices were more charming than that of any human
Raddir þeirra voru heillandi en nokkurs manns
and they begged the voyagers not to fear if they sank
ok báðu þeir farmenn, at þeir óttuðust eigi, ef þeir sukku
because the depths of the sea was full of delights
af því að sjávardjúpið var fullt af yndi
But the sailors could not understand their songs
En sjómennirnir gátu ekki skilið lög þeirra
and they thought their singing was the sighing of the storm
og þótti þeim söngur þeirra vera andvarp stormsins

therefore their songs were never beautiful to the sailors
því voru lög þeirra sjómönnum aldrei falleg
because if the ship sank the men would drown
því ef skipið sökk mundu menn drukkna
the dead gained nothing from the palace of the Sea King
hinir látnu græddu ekkert á höll sjávarkonungs
but their youngest sister was left at the bottom of the sea
en yngsta systir þeirra varð eftir á hafsbotni
looking up at them, she was ready to cry
þegar hún leit upp til þeirra var hún tilbúin að gráta
you should know mermaids have no tears that they can cry
þú ættir að vita að hafmeyjar hafa engin tár sem þær geta grátið
so her pain and suffering was more acute than ours
svo sársauki hennar og þjáning var meiri en okkar
"Oh, I wish I was also fifteen years old!" said she
"Ó, ég vildi að ég væri líka fimmtán ára!" sagði hún
"I know that I shall love the world up there"
"Ég veit að ég mun elska heiminn þarna uppi"
"and I shall love all the people who live in that world"
"og ég mun elska allt fólkið sem býr í þeim heimi"

The Little Mermaid's Birthday
Afmæli litlu hafmeyjunnar

but, at last, she too reached her fifteenth birthday
en loksins náði hún líka fimmtán ára afmæli sínu
"Well, now you are grown up," said her grandmother
„Jæja, nú ertu orðin fullorðin," sagði amma hennar
"Come, and let me adorn you like your sisters"
"Komdu og leyfðu mér að prýða þig eins og systur þínar"
And she placed a wreath of white lilies in her hair
Og hún setti krans af hvítum liljum í hárið á sér
every petal of the lilies was half a pearl
hvert einasta blað liljanna var hálf perla
Then, the old lady ordered eight great oysters to come
Þá skipaði gamla konan átta frábærar ostrur að koma
the oysters attached themselves to the tail of the princess
ostrurnar festu sig við skottið á prinsessunni
under the sea oysters are used to show your rank
undir sjónum eru ostrur notaðar til að sýna stöðu þína
"But the oysters hurt me so," said the little mermaid
"En ostrurnar særðu mig svo," sagði litla hafmeyjan
"Yes, I know oysters hurt," replied the old lady
"Já, ég veit að ostrur meiða," svaraði gamla konan
"but you know very well that pride must suffer pain"
"en þú veist vel að stolt verður að þola sársauka"
how gladly she would have shaken off all this grandeur
hversu fegin hún hefði hrist af sér alla þessa mikilfengleika
she would have loved to lay aside the heavy wreath!
hún hefði gjarnan viljað leggja þungan krans til hliðar!
she thought of the red flowers in her own garden
hún hugsaði um rauðu blómin í eigin garði
the red flowers would have suited her much better
rauðu blómin hefðu hentað henni miklu betur
But she could not change herself into something else
En hún gat ekki breytt sjálfri sér í eitthvað annað
so she said farewell to her grandmother and sisters

svo kvaddi hún ömmu sína og systur
and, as lightly as a bubble, she rose to the surface
og létt eins og kúla reis hún upp á yfirborðið

The sun had just set when she raised her head above the waves
Sólin var nýkomin þegar hún lyfti höfðinu yfir öldurnar
The clouds were tinted with crimson and gold from the sunset
Skýin voru lituð af rauðum og gulli frá sólsetrinu
and through the glimmering twilight beamed the evening star
og í gegnum glitrandi rökkrið geislaði kvöldstjarnan
The sea was calm, and the sea air was mild and fresh
Sjórinn var logn og sjávarloftið var milt og ferskt
A large ship with three masts lay lay calmly on the water
Stórt skip með þrjú möstur lá rólega á vatninu
only one sail was set, for not a breeze stirred
aðeins eitt segl var lagt, því að enginn vindur hrærðist
and the sailors sat idle on deck, or amidst the rigging
og sjómennirnir sátu aðgerðalausir á þilfari eða innan um rigninguna
There was music and songs on board of the ship
Um borð í skipinu var tónlist og söngur
as darkness came a hundred colored lanterns were lighted
Þegar myrkrið kom var kveikt á hundrað lituðum ljóskerum
it was as if the flags of all nations waved in the air
það var eins og fánar allra þjóða veifuðu á lofti

The little mermaid swam close to the cabin windows
Litla hafmeyjan synti nálægt glugganum í káetunni
now and then the waves of the sea lifted her up
nú og þá lyftu öldur hafsins henni upp
she could look in through the glass window-panes
hún gat horft inn um glergluggana
and she could see a number of curiously dressed people

og hún gat séð fjölda af forvitnilega klæddu fólki
Among the people she could see there was a young prince
Meðal fólksins sem hún gat séð var ungur prins
the prince was the most beautiful of them all
prinsinn var allra fegurstur
she had never seen anyone with such beautiful eyes
hún hafði aldrei séð neinn með svona falleg augu
it was the celebration of his sixteenth birthday
það var fagnað sextán ára afmæli hans
The sailors were dancing on the deck of the ship
Sjómennirnir voru að dansa á þilfari skipsins
all cheered when the prince came out of the cabin
allir fögnuðu þegar prinsinn kom út úr káetunni
and more than a hundred rockets rose into the air
og meira en hundrað eldflaugar fóru upp í loftið
for some time the fireworks made the sky as bright as day
um tíma gerðu flugeldarnir himininn bjartan eins og dagur
of course our young mermaid had never seen fireworks before
auðvitað hafði unga hafmeyjan okkar aldrei séð flugelda áður
startled by all the noise, she went back under the water
skelfingu lostin við allan hávaðann fór hún aftur undir vatnið
but soon she again stretched out her head
en brátt rétti hún aftur höfuðið
it was as if all the stars of heaven were falling around her
það var eins og allar stjörnur himinsins féllu í kringum hana
splendid fireflies flew up into the blue air
glæsilegar eldflugur flugu upp í bláa loftið
and everything was reflected in the clear, calm sea
og allt endurspeglaðist í tærum, lygnum sjó
The ship itself was brightly illuminated by all the light
Skipið sjálft var skært upplýst af öllu ljósinu
she could see all the people and even the smallest rope
hún gat séð allt fólkið og jafnvel minnsta reipi
How handsome the young prince looked thanking his guests!

Hve myndarlegur prinsinn var þegar hann þakkaði gestum sínum!
and the music resounded through the clear night air!
og tónlistin ómaði í tæru næturloftinu!

the birthday celebrations lasted late into the night
afmælishátíðin stóð langt fram á nótt
but the little mermaid could not take her eyes from the ship
en litla hafmeyjan gat ekki tekið augun af skipinu
nor could she take her eyes from the beautiful prince
hún gat heldur ekki tekið augun af fallega prinsinum
The colored lanterns had now been extinguished
Nú var búið að slökkva á lituðu ljósunum
and there were no more rockets that rose into the air
og það voru ekki fleiri eldflaugar sem komust upp í loftið
the cannon of the ship had also ceased firing
fallbyssu skipsins var einnig hætt að skjóta
but now it was the sea that became restless
en nú var það sjórinn sem varð órólegur
a moaning, grumbling sound could be heard beneath the waves
undir öldunum heyrðist stynjandi, kurrandi hljóð
and yet, the little mermaid remained by the cabin window
og þó stóð litla hafmeyjan eftir við gluggann í kofanum
she was rocking up and down on the water
hún var að rugga upp og niður á vatninu
so that she could keep looking into the ship
svo að hún gæti haldið áfram að horfa inn í skipið
After a while the sails were quickly set
Eftir nokkra stund voru seglin fljótt sett
and the ship went on her way back to port
og fór skipið aftur til hafnar

But soon the waves rose higher and higher
En brátt hækkuðu öldurnar hærra og hærra
dark, heavy clouds darkened the night sky

dimm, þung ský myrkvuðu næturhimininn
and there appeared flashes of lightning in the distance
og það birtust eldingar í fjarska
not far away a dreadful storm was approaching
skammt frá var skelfilegur stormur að nálgast
Once more the sails were lowered against the wind
Enn einu sinni voru seglin dregin niður á móti vindinum
and the great ship pursued her course over the raging sea
og skipið mikla elti stefnu sína yfir ofsafenginn sjó
The waves rose as high as the mountains
Öldurnar risu eins hátt og fjöllin
one would have thought the waves were going to have the ship
maður hefði haldið að öldurnar myndu hafa skipið
but the ship dived like a swan between the waves
en skipið kafaði eins og svanur á milli öldanna
then she rose again on their lofty, foaming crests
síðan reis hún aftur á háleitum, froðufellandi toppum þeirra
To the little mermaid this was pleasant to watch
Fyrir litlu hafmeyjuna var þetta notalegt að horfa á
but it was not pleasant for the sailors
en það var ekki ánægjulegt fyrir sjómenn
the ship made awful groaning and creaking sounds
skipið gaf frá sér hræðileg styn og brak
and the waves broke over the deck of the ship again and again
og öldurnar brutust yfir þilfar skipsins aftur og aftur
the thick planks gave way under the lashing of the sea
þykku plankarnir gáfu sig undir suðinu í sjónum
under the pressure the mainmast snapped asunder, like a reed
undir þrýstingnum brotnaði stórstöngin í sundur, eins og reyr
and, as the ship lay over on her side, the water rushed in
og þegar skipið lá á hliðinni, hljóp vatnið inn

The little mermaid realized that the crew were in danger

Litla hafmeyjan áttaði sig á því að áhöfnin var í hættu
her own situation wasn't without danger either
hennar eigin aðstæður voru heldur ekki hættulausar
she had to avoid the beams and planks scattered in the water
hún varð að forðast bjálkana og bjálkana sem voru á víð og dreif í vatninu
for a moment everything turned into complete darkness
um stund breyttist allt í algjört myrkur
and the little mermaid could not see where she was
og litla hafmeyjan gat ekki séð hvar hún var
but then a flash of lightning revealed the whole scene
en svo leiddi elding í ljós allt atriðið
she could see everyone was still on board of the ship
hún sá að allir voru enn um borð í skipinu
well, everyone was on board of the ship, except the prince
jæja, allir voru um borð í skipinu, nema prinsinn
the ship continued on its path to the land
skipið hélt áfram leið sinni til lands
and she saw the prince sink into the deep waves
og hún sá prinsinn sökkva í djúpu öldurnar
for a moment this made her happier than it should have
augnablik gladdi þetta hana meira en það hefði átt að gera
now that he was in the sea she could be with him
nú þegar hann var í sjónum gat hún verið með honum
Then she remembered the limits of human beings
Þá minntist hún á takmörk mannskepnunnar
the people of the land cannot live in the water
fólkið í landinu getur ekki lifað í vatninu
if he got to the palace he would already be dead
ef hann kæmist í höllina væri hann þegar dauður
"No, he must not die!" she decided
"Nei, hann má ekki deyja!" ákvað hún
she forget any concern for her own safety
hún gleymir allri umhyggju fyrir eigin öryggi
and she swam through the beams and planks
og hún synti í gegnum bjálkana og plankana

two beams could easily crush her to pieces
tveir geislar gætu auðveldlega mylt hana í sundur
she dove deep under the dark waters
hún dúfaði djúpt undir dimmu vatni
everything rose and fell with the waves
allt reis og féll með öldunum
finally, she managed to reach the young prince
loksins tókst henni að ná til unga prinsins
he was fast losing the power to swim in the stormy sea
hann var fljótur að missa kraftinn til að synda í stormasamt sjónum
His limbs were starting to fail him
Útlimir hans voru farnir að bregðast honum
and his beautiful eyes were closed
og fallegu augun hans voru lokuð
he would have died had the little mermaid not come
hann hefði dáið ef litla hafmeyjan hefði ekki komið
She held his head above the water
Hún bar höfuðið yfir vatninu
and she let the waves carry them where they wanted
og lét hún öldurnar bera þær þangað sem þær vildu

In the morning the storm had ceased
Um morguninn hafði óveðrið hætt
but of the ship not a single fragment could be seen
en af skipinu sást ekki eitt einasta brot
The sun came up, red and shining, out of the water
Sólin kom upp, rauð og skínandi, upp úr vatninu
the sun's beams had a healing effect on the prince
sólargeislarnir höfðu græðandi áhrif á prinsinn
the hue of health returned to the prince's cheeks
blær heilsunnar kom aftur í kinnar prinsins
but despite the sun, his eyes remained closed
en þrátt fyrir sólina héldust augu hans lokuð
The mermaid kissed his high, smooth forehead
Hafmeyjan kyssti hátt, slétta ennið á honum

and she stroked back his wet hair
og hún strauk blautt hárið á honum
He seemed to her like the marble statue in her garden
Hann virtist henni eins og marmarastyttan í garðinum hennar
so she kissed him again, and wished that he lived
svo hún kyssti hann aftur og vildi að hann lifði

Presently, they came in sight of land
Skömmu síðar komu þeir í sjónmáli til lands
and she saw lofty blue mountains on the horizon
og hún sá há blá fjöll við sjóndeildarhringinn
on top of the mountains the white snow rested
ofan á fjöllunum hvíldi hvítur snjórinn
as if a flock of swans were lying upon the mountains
eins og álftahópur lægi á fjöllunum
Beautiful green forests were near the shore
Fallega grænir skógar voru nálægt ströndinni
and close by there stood a large building
og þar skammt frá stóð bygging mikil
it could have been a church or a convent
það gæti hafa verið kirkja eða klaustur
but she was still too far away to be sure
en hún var samt of langt í burtu til að vera viss
Orange and citron trees grew in the garden
Appelsínu- og sítrónutré uxu í garðinum
and before the door stood lofty palms
og fyrir dyrunum stóðu háir lófar
The sea here formed a little bay
Sjórinn hér myndaði litla flóa
in the bay the water lay quiet and still
í víkinni lá vatnið kyrrt og kyrrt
but although the water was still, it was very deep
en þótt vatnið væri kyrrt var það mjög djúpt
She swam with the handsome prince to the beach
Hún synti með myndarlega prinsinum á ströndina
the beach was covered with fine white sand

ströndin var þakin fínum hvítum sandi
and on the sand she laid him in the warm sunshine
og á sandinn lagði hún hann í heitu sólskininu
she took care to raise his head higher than his body
hún passaði sig á að lyfta höfðinu hærra en líkama hans
Then bells sounded from the large white building
Þá heyrðust bjöllur úr stóru hvítu byggingunni
some young girls came into the garden
nokkrar ungar stúlkur komu inn í garðinn
The little mermaid swam out farther from the shore
Litla hafmeyjan synti út lengra frá ströndinni
she hid herself among some high rocks in the water
hún faldi sig meðal háa steina í vatninu
she covered her head and neck with the foam of the sea
hún huldi höfuð sitt og háls með froðu sjávarins
and she watched to see what would become of the poor prince
og hún horfði á hvað yrði um fátæka prinsinn

It was not long before she saw a young girl approach
Það leið ekki á löngu þar til hún sá unga stúlku nálgast
the young girl seemed frightened, at first
unga stúlkan virtist hrædd í fyrstu
but her fear only lasted for a moment
en ótti hennar varði aðeins í smástund
then she brought over a number of people
þá kom hún yfir fjölda fólks
and the mermaid saw that the prince came to life again
og hafmeyjan sá að prinsinn lifnaði aftur
he smiled upon those who stood around him
hann brosti til þeirra sem í kringum hann stóðu
But to the little mermaid the prince sent no smile
En til litlu hafmeyjunnar sendi prinsinn ekkert bros
he knew not that it was her who had saved him
hann vissi ekki að það var hún sem hafði bjargað honum
This made the little mermaid very sorrowful

Þetta gerði litlu hafmeyjuna mjög sorgmædda
and then he was led away into the great building
ok síðan var hann leiddur í burt inn í hina miklu byggingu
and the little mermaid dived down into the water
og litla hafmeyjan kafaði niður í vatnið
and she returned to her father's castle
og hún sneri aftur til kastala föður síns

The Little Mermaid Longs for the Upper World
Litla hafmeyjan þráir efri heiminn

She had always been the most silent and thoughtful of the sisters
Hún hafði alltaf verið þögul og hugulsöm af þeim systrum
and now she was more silent and thoughtful than ever
og nú var hún þögnari og hugsandi en nokkru sinni fyrr
Her sisters asked her what she had seen on her first visit
Systur hennar spurðu hana hvað hún hefði séð í fyrstu heimsókn sinni
but she could tell them nothing of what she had seen
en hún gat ekkert sagt þeim frá því sem hún hafði séð
Many an evening and morning she returned to the surface
Margt kvöld og morgun kom hún aftur upp á yfirborðið
and she went to the place where she had left the prince
og fór hún þangað sem hún hafði skilið eftir höfðingjann
She saw the fruits in the garden ripen
Hún sá ávextina í garðinum þroskast
and she watched the fruits gathered from their trees
og hún horfði á ávextina safnað saman af trjánum þeirra
she watched the snow on the mountain tops melt away
hún horfði á snjóinn á fjallatoppunum bráðna burt
but on none of her visits did she see the prince again
en í engum heimsóknum hennar sá hún prinsinn aftur
and therefore she always returned more sorrowful than when she left
og því kom hún alltaf sorgmæddari til baka en þegar hún fór

her only comfort was sitting in her own little garden
Eina þægindi hennar var að sitja í sínum eigin litla garði
she flung her arms around the beautiful marble statue
hún fleygði handleggjunum utan um fallegu marmarastyttuna
the statue which looked just like the prince
styttan sem leit alveg út eins og prinsinn
She had given up tending to her flowers

Hún hafði gefist upp á að hirða blómin sín
and her garden grew in wild confusion
og garður hennar óx í villtu rugli
they twinied the long leaves and stems of the flowers around the trees
þeir tvinnuðu löng laufblöð og stilka blómanna í kringum trén
so that the whole garden became dark and gloomy
svo að allur garðurinn varð dimmur og myrkur

eventually she could bear the pain no longer
á endanum þoldi hún ekki sársaukann lengur
and she told one of her sisters all that had happened
og hún sagði einni systur sinni allt sem gerst hafði
soon the other sisters heard the secret
brátt heyrðu hinar systurnar leyndarmálið
and very soon her secret became known to several maids
og brátt varð leyndarmál hennar kunnugt nokkrum vinnukonum
one of the maids had a friend who knew about the prince
ein vinnukonan átti vin sem vissi um prinsinn
She had also seen the festival on board the ship
Hún hafði líka séð hátíðina um borð í skipinu
and she told them where the prince came from
og sagði hún þeim hvaðan prinsinn kom
and she told them where his palace stood
og sagði hún þeim hvar höll hans stóð

"Come, little sister," said the other princesses
„Komdu, litla systir," sögðu hinar prinsessurnar
they entwined their arms and rose up together
þeir fléttuðu saman arma sína og risu upp saman
they went near to where the prince's palace stood
þeir gengu nær þar sem höll prinsins stóð
the palace was built of bright-yellow, shining stone
höllin var byggð úr skærgulum, skínandi steini
and the palace had long flights of marble steps

og höllin var með löngum marmaratröppum
one of the flights of steps reached down to the sea
ein af þrepunum náði niður að sjó
Splendid gilded cupolas rose over the roof
Glæsilegar gylltar kúplar risu yfir þakið
the whole building was surrounded by pillars
öll byggingin var umlukin súlum
and between the pillars stood lifelike statues of marble
og á milli súlna stóðu líflegar styttur úr marmara
they could see through the clear crystal of the windows
þeir sáu í gegnum glæran kristal glugganna
and they could look into the noble rooms
ok gátu þeir litið inn í göfug herbergin
costly silk curtains and tapestries hung from the ceiling
dýr silkigardínur og veggteppi héngu úr loftinu
and the walls were covered with beautiful paintings
og veggirnir voru þaktir fallegum málverkum
In the centre of the largest salon was a fountain
Í miðju stærstu stofunnar var gosbrunnur
the fountain threw its sparkling jets high up
gosbrunnurinn kastaði glitrandi strókum sínum hátt upp
the water splashed onto the glass cupola of the ceiling
vatnið skvettist á glerkúpu loftsins
and the sun shone in through the water
og sólin skein inn í gegnum vatnið
and the water splashed on the plants around the fountain
og vatnið skvettist á plönturnar í kringum gosbrunninn

Now the little mermaid knew where the prince lived
Nú vissi litla hafmeyjan hvar prinsinn bjó
so she spent many a night in those waters
svo var hún margar nætur í þeim vötnum
she got more courageous than her sisters had been
hún varð hugrökkari en systur hennar höfðu verið
and she swam much nearer the shore than they had
og synti hún miklu nær ströndinni en þeir höfðu

once she went up the narrow channel, under the marble balcony
einu sinni fór hún upp þröngt sundið, undir marmarasvölunum
the balcony threw a broad shadow on the water
svalirnar vörpuðu breiðum skugga á vatnið
Here she sat and watched the young prince
Hér sat hún og horfði á unga prinsinn
he, of course, thought he was alone in the bright moonlight
hann hélt auðvitað að hann væri einn í skæru tunglsljósi

She often saw him in the evenings, sailing in a beautiful boat
Hún sá hann oft á kvöldin, sigla á fallegum bát
music sounded from the boat and the flags waved
tónlist hljómaði úr bátnum og fánar veifuðu
She peeped out from among the green rushes
Hún gægðist út úr grænu hlaupunum
at times the wind caught her long silvery-white veil
stundum náði vindurinn langa silfurhvítu blæju hennar
those who saw her veil believed it to be a swan
þeir sem sáu blæjuna hennar töldu að þetta væri svanur
her veil had all the appearance of a swan spreading its wings
Blæja hennar hafði allt útlit eins og álft sem breiddi út vængi sína

Many a night, too, she watched the fishermen set their nets
Margar nætur horfði hún líka á sjómennina leggja net sín
they cast their nets in the light of their torches
þeir kasta netum sínum í ljós blysanna
and she heard them tell many good things about the prince
ok heyrði hún þá segja margt gott um höfðingjann
this made her glad that she had saved his life
þetta gladdi hana yfir því að hafa bjargað lífi hans
when he was tossed around half dead on the waves
þegar honum var hent hálfdauður á öldunum

She remembered how his head had rested on her bosom
Hún mundi hvernig höfuð hans hafði hvílt á barmi hennar
and she remembered how heartily she had kissed him
og hún mundi hve innilega hún hafði kysst hann
but he knew nothing of all that had happened
en hann vissi ekkert af öllu því sem gerst hafði
the young prince could not even dream of the little mermaid
ungi prinsinn gat ekki einu sinni dreymt um litlu hafmeyjuna

She grew to like human beings more and more
Hún varð sífellt hrifnari af mönnum
she wished more and more to be able to wander their world
hún vildi æ meir fá að reika um heiminn þeirra
their world seemed to be so much larger than her own
þeirra heimur virtist vera svo miklu stærri en hennar eigin
They could fly over the sea in ships
Þeir gátu flogið yfir hafið á skipum
and they could mount the high hills far above the clouds
og þeir gátu farið upp á háu hæðirnar langt fyrir ofan skýin
in their lands they possessed woods and fields
í löndum sínum áttu þeir skóg og akra
the greenery stretched beyond the reach of her sight
gróðurinn teygði sig út fyrir sjónir hennar
There was so much that she wished to know!
Það var svo margt sem hún vildi vita!
but her sisters were unable to answer all her questions
en systur hennar gátu ekki svarað öllum spurningum hennar
She then went to her old grandmother for answers
Hún fór svo til ömmu sinnar gömlu til að fá svör
her grandmother knew all about the upper world
amma hennar vissi allt um efri heiminn
she rightly called this world "the lands above the sea"
hún kallaði þennan heim réttilega "löndin yfir hafinu"

"If human beings are not drowned, can they live forever?"
"Ef manneskjur eru ekki drukknaðar, geta þær lifað að eilífu?"

"Do they never die, as we do here in the sea?"
"Deyja þeir aldrei eins og við gerum hér í sjónum?"
"Yes, they die too," replied the old lady
"Já, þeir deyja líka," svaraði gamla konan
"like us, they must also die," added her grandmother
„Eins og við, þá verða þau líka að deyja," bætti amma hennar við
"and their lives are even shorter than ours"
"og líf þeirra er jafnvel styttra en okkar"
"We sometimes live for three hundred years"
„Við lifum stundum í þrjú hundruð ár"
"but when we cease to exist here we become foam"
"en þegar við hættum að vera til hér verðum við froðu"
"and we float on the surface of the water"
"og við fljótum á yfirborði vatnsins"
"we do not have graves for those we love"
„við eigum engar grafir handa þeim sem við elskum"
"and we have not immortal souls"
"og við höfum ekki ódauðlegar sálir"
"after we die we shall never live again"
"eftir að við deyjum munum við aldrei lifa aftur"
"like the green seaweed, once it has been cut off"
"eins og græna þangið, þegar það hefur verið skorið af"
"after we die, we can never flourish again"
"eftir að við deyjum getum við aldrei blómstrað aftur"
"Human beings, on the contrary, have souls"
"Þvert á móti, manneskjur hafa sálir"
"even after they're dead their souls live forever"
"jafnvel eftir að þeir eru dánir lifa sálir þeirra að eilífu"
"when we die our bodies turn to foam"
"þegar við deyjum breytast líkamar okkar í froðu"
"when they die their bodies turn to dust"
"þegar þeir deyja verða líkamar þeirra að mold"
"when we die we rise through the clear, blue water"
„Þegar við deyjum rísum við í gegnum tæra, bláa vatnið"
"when they die they rise up through the clear, pure air"

"Þegar þeir deyja rísa þeir upp í gegnum tæra, hreina loftið"
"when we die we float no further than the surface"
„Þegar við deyjum svífum við ekki lengra en yfirborðið"
"but when they die they go beyond the glittering stars"
"en þegar þeir deyja fara þeir út fyrir glitrandi stjörnurnar"
"we rise out of the water to the surface"
„við rísum upp úr vatninu upp á yfirborðið"
"and we behold all the land of the earth"
"og við sjáum allt land jarðarinnar"
"they rise to unknown and glorious regions"
„þeir rísa upp til óþekktra og glæsilegra svæða"
"glorious and unknown regions which we shall never see"
"Dýrleg og óþekkt svæði sem við munum aldrei sjá"
the little mermaid mourned her lack of a soul
litla hafmeyjan syrgði sálarleysi sitt
"Why have not we immortal souls?" asked the little mermaid
"Hvers vegna höfum við ekki ódauðlegar sálir?" spurði litla hafmeyjan
"I would gladly give all the hundreds of years that I have"
„Ég myndi gjarnan gefa öll þau hundruð ár sem ég á"
"I would trade it all to be a human being for one day"
„Ég myndi skipta þessu öllu út fyrir að vera manneskja í einn dag"
"I can not imagine the hope of knowing such happiness"
„Ég get ekki ímyndað mér vonina um að þekkja slíka hamingju"
"the happiness of that glorious world above the stars"
"hamingja þessa dýrðlega heims fyrir ofan stjörnurnar"
"You must not think that way," said the old woman
„Þú mátt ekki hugsa svona," sagði gamla konan
"We believe that we are much happier than the humans"
„Við trúum því að við séum miklu hamingjusamari en mennirnir"
"and we believe we are much better off than human beings"
„Og við trúum því að við séum miklu betur sett en manneskjur"

"So I shall die," said the little mermaid
„Svo mun ég deyja," sagði litla hafmeyjan
"being the foam of the sea, I shall be washed about"
„þar sem ég er froða hafsins, mun mér þvo mér"
"never again will I hear the music of the waves"
„Aldrei aftur mun ég heyra tónlist öldunnar"
"never again will I see the pretty flowers"
„Aldrei aftur mun ég sjá fallegu blómin"
"nor will I ever again see the red sun"
„Ég mun aldrei aftur sjá rauðu sólina"
"Is there anything I can do to win an immortal soul?"
"Er eitthvað sem ég get gert til að vinna ódauðlega sál?"
"No," said the old woman, "unless..."
„Nei," sagði gamla konan, „nema..."
"there is just one way to gain a soul"
„Það er bara ein leið til að öðlast sál"
"a man has to love you more than he loves his father and mother"
"maður verður að elska þig meira en hann elskar föður sinn og móður"
"all his thoughts and love must be fixed upon you"
"allar hugsanir hans og kærleikur verður að vera festur á þig"
"he has to promise to be true to you here and hereafter"
"hann verður að lofa að vera trúr þér hér og hér eftir"
"the priest has to place his right hand in yours"
„presturinn verður að leggja hægri hönd sína í þína"
"then your man's soul would glide into your body"
"þá myndi sál manns þíns renna inn í líkama þinn"
"you would get a share in the future happiness of mankind"
"þú myndir fá hlutdeild í framtíðarhamingju mannkyns"
"He would give to you a soul and retain his own as well"
„Hann myndi gefa þér sál og halda sína eigin líka"
"but it is impossible for this to ever happen"
"en það er ómögulegt að þetta gerist nokkurn tíma"
"Your fish's tail, among us, is considered beautiful"
"Hallinn á fiskinum þínum, meðal okkar, þykir fallegur"

"but on earth your fish's tail is considered ugly"
"en á jörðinni er skottið á fiskinum þínum talið ljótt"
"The humans do not know any better"
„Mennirnir vita ekki betur"
"their standard of beauty is having two stout props"
„fegurðarstaðall þeirra er að hafa tvo sterka leikmuni"
"these two stout props they call their legs"
"þessir tveir sterku leikmunir sem þeir kalla fæturna sína"
The little mermaid sighed at what appeared to be her destiny
Litla hafmeyjan andvarpaði að því sem virtist vera örlög hennar
and she looked sorrowfully at her fish's tail
og hún horfði sorgmædd á skottið á fiskinum sínum
"Let us be happy with what we have," said the old lady
„Við skulum vera ánægð með það sem við höfum," sagði gamla konan
"let us dart and spring about for the three hundred years"
„Við skulum skjótast og spretta um þrjú hundruð árin"
"and three hundred years really is quite long enough"
"og þrjú hundruð ár eru í raun nógu langur tími"
"After that we can rest ourselves all the better"
„Eftir það getum við hvílt okkur öllu betur"
"This evening we are going to have a court ball"
„Í kvöld ætlum við að halda vallarball"

It was one of those splendid sights we can never see on earth
Þetta var ein af þessum stórkostlegu sjónum sem við getum aldrei séð á jörðinni
the court ball took place in a large ballroom
vallarballið fór fram í stórum danssal
The walls and the ceiling were of thick transparent crystal
Veggir og loft voru úr þykkum gegnsæjum kristal
Many hundreds of colossal sea shells stood in rows on each side
Mörg hundruð risastórar skeljar stóðu í röðum á hvorri hlið

some of the sea shells were deep red, others were grass green
sumar skeljarnar voru djúprauðar, aðrar grasgrænar
and each of the sea shells had a blue fire in it
ok var blár eldur í hverri skeljar
These fires lighted up the whole salon and the dancers
Þessir eldar lýstu upp alla stofuna og dansarana
and the sea shells shone out through the walls
og skeljarnar skínuðu út í gegnum veggina
so that the sea was also illuminated by their light
svo að hafið var líka upplýst af ljósi þeirra
Innumerable fishes, great and small, swam past
Fram hjá syntu óteljandi fiskar, stórir og smáir
some of the fishes scales glowed with a purple brilliance
sumir fiska hreistur ljómaði með fjólubláum ljóma
and other fishes shone like silver and gold
og aðrir fiskar ljómuðu eins og silfur og gull
Through the halls flowed a broad stream
Um salina rann breiður lækur
and in the stream danced the mermen and the mermaids
og í læknum dönsuðu hafmeyjar og hafmeyjar
they danced to the music of their own sweet singing
þeir dönsuðu við eigin ljúfa söng

No one on earth has such lovely voices as they
Enginn á jörðinni hefur jafn yndislegar raddir og þeir
but the little mermaid sang more sweetly than all
en litla hafmeyjan söng ljúfara en öll
The whole court applauded her with hands and tails
Allur rétturinn klappaði henni með höndum og hala
and for a moment her heart felt quite happy
og eitt augnablik var hjarta hennar alveg glatt
because she knew she had the sweetest voice in the sea
því hún vissi að hún hafði sætustu röddina í sjónum
and she knew she had the sweetest voice on land
og hún vissi að hún hafði ljúfustu röddina á landi
But soon she thought again of the world above her

En fljótlega hugsaði hún aftur um heiminn fyrir ofan sig
she could not forget the charming prince
hún gat ekki gleymt heillandi prinsinum
it reminded her that he had an immortal soul
það minnti hana á að hann hefði ódauðlega sál
and she could not forget that she had no immortal soul
og hún gat ekki gleymt því að hún átti enga ódauðlega sál
She crept away silently out of her father's palace
Hún læddist þegjandi burt úr höll föður síns
everything within was full of gladness and song
allt innra var fullt af gleði og söng
but she sat in her own little garden, sorrowful and alone
en hún sat í sínum litla garði, sorgmædd og ein
Then she heard the bugle sounding through the water
Svo heyrði hún punginn hljóma í gegnum vatnið
and she thought, "He is certainly sailing above"
og hún hugsaði: "Hann er vissulega að sigla fyrir ofan"
"he, the beautiful prince, in whom my wishes centre"
"hann, fallegi prinsinn, sem óskir mínar miðast við"
"he, in whose hands I should like to place my happiness"
"hann, í hvers hendur ég ætti að leggja hamingju mína"
"I will venture all for him to win an immortal soul"
„Ég mun voga mér allt fyrir hann til að vinna ódauðlega sál"
"my sisters are dancing in my father's palace"
„Systur mínar dansa í höll föður míns"
"but I will go to the sea witch"
"en ég mun fara til sjávarnornarinnar"
"the sea witch of whom I have always been so afraid"
"sjávarnornin sem ég hef alltaf verið svo hrædd við"
"but the sea witch can give me counsel, and help"
"en sjónornin getur gefið mér ráð og hjálpað"

The Sea Witch
Sjávarnornin

Then the little mermaid went out from her garden
Svo fór litla hafmeyjan út úr garðinum sínum
and she took the path to the foaming whirlpools
og hún tók leiðina að froðuhrinu hringiðunum
behind the foaming whirlpools the sorceress lived
á bak við freyðandi hringiðurnar bjó galdrakonan
the little mermaid had never gone that way before
litla hafmeyjan hafði aldrei farið þessa leið áður
Neither flowers nor grass grew where she was going
Hvorki blóm né gras uxu þar sem hún var að fara
there was nothing but bare, gray, sandy ground
þar var ekkert nema ber, grá sandjörð
this barren land stretched out to the whirlpool
þetta hrjóstruga land teygði sig til hringiðunnar
the water was like foaming mill wheels
vatnið var eins og freyðandi mylluhjól
and the whirlpools seized everything that came within reach
og hringiðurnar tóku allt sem innan seilingar kom
the whirlpools cast their prey into the fathomless deep
hringiðurnar kasta bráð sinni út í hið grugglausa djúp
Through these crushing whirlpools she had to pass
Í gegnum þessar myljandi hringiður varð hún að fara
only then could she reach the dominions of the sea witch
aðeins þá gat hún náð yfirráðum sjávarnornarinnar
after this came a stretch of warm, bubbling mire
eftir þetta kom heitur, freyðandi mýri
the sea witch called the bubbling mire her turf moor
sjónornin kallaði freyðandi mýrina torfheiðina sína

Beyond her turf moor was the witch's house
Handan við torfheiðina hennar var hús nornarinnar
her house stood in the centre of a strange forest
Húsið hennar stóð í miðju undarlegum skógi

in this forest all the trees and flowers were polypi
í þessum skógi voru öll trén og blómin polypi
but they were only half plant; the other half was animal
en þeir voru bara hálf planta; hinn helmingurinn var dýr
They looked like serpents with a hundred heads
Þeir litu út eins og höggormar með hundrað höfuð
and each serpent was growing out of the ground
og hver höggormur vex upp úr jörðu
Their branches were long, slimy arms
Greinar þeirra voru langir, slímugir armar
and they had fingers like flexible worms
og þeir höfðu fingur eins og sveigjanlega orma
each of their limbs, from the root to the top, moved
hver útlimur þeirra, frá rót að toppi, hreyfðist
All that could be reached in the sea they seized upon
Allt sem náðist í sjónum tóku þeir
and what they caught they held on tightly to
og það sem þeir náðu héldu þeir fast í
so that what they caught never escaped from their clutches
svo að það sem þeir náðu slapp aldrei úr klóm þeirra

The little mermaid was alarmed at what she saw
Litlu hafmeyjunni var brugðið við það sem hún sá
she stood still and her heart beat with fear
hún stóð kyrr og hjarta hennar sló af ótta
She came very close to turning back
Hún var mjög nálægt því að snúa við
but she thought of the beautiful prince
en hún hugsaði um fallega prinsinn
and she thought of the human soul for which she longed
og hún hugsaði um mannssálina sem hún þráði
with these thoughts her courage returned
með þessum hugsunum kom hugrekkið aftur
She fastened her long, flowing hair round her head
Hún festi sítt, flæðandi hárið um höfuðið
so that the polypi could not grab hold of her hair

svo að fjölliðurinn gat ekki gripið í hárið á henni
and she crossed her hands across her bosom
og hún krosslagði hendurnar yfir barm sér
and then she darted forward like a fish through the water
og svo hljóp hún fram eins og fiskur í gegnum vatnið
between the subtle arms and fingers of the ugly polypi
milli fíngerðra handleggja og fingra ljóta fjölpípunnar
the polypi were stretched out on each side of her
fjölpúðarnir voru teygðir út sitt hvoru megin við hana
She saw that they all held something in their grasp
Hún sá að allir héldu eitthvað í fanginu
something they had seized with their numerous little arms
eitthvað sem þeir höfðu gripið með hinum fjölmörgu litlu handleggjum sínum
they were holding white skeletons of human beings
þeir héldu á hvítum beinagrindur af mönnum
sailors who had perished at sea in storms
sjómenn sem farist höfðu á sjó í stormi
sailors who had sunk down into the deep waters
sjómenn sem höfðu sokkið niður í djúpið
and there were skeletons of land animals
og þar voru beinagrindur af landdýrum
and there were oars, rudders, and chests of ships
og voru þar árar, stýri og skipakistur
There was even a little mermaid whom they had caught
Það var meira að segja lítil hafmeyja sem þeir höfðu náð
the poor mermaid must have been strangled by the hands
aumingja hafmeyjan hlýtur að hafa verið kyrkt af höndum
to her this seemed the most shocking of all
henni þótti þetta átakanlegast af öllu

finally, she came to a space of marshy ground in the woods
loksins kom hún að mýrlendi í skóginum
here there were large fat water snakes rolling in the mire
hér voru stórir feitir vatnsslangar sem veltu sér í mýrinni
the snakes showed their ugly, drab-colored bodies

snákarnir sýndu ljóta, dökklitaða líkama sína
In the midst of this spot stood a house
Á miðjum þessum stað stóð hús
the house was built of the bones of shipwrecked human beings
húsið var byggt úr beinum skipbrotsmanna
and in the house sat the sea witch
og í húsinu sat sjónornin
she was allowing a toad to eat from her mouth
hún var að leyfa tösku að éta úr munninum á sér
just like when people feed a canary with pieces of sugar
alveg eins og þegar fólk fóðrar kanarí með sykurbitum
She called the ugly water snakes her little chickens
Hún kallaði ljótu vatnsslangana litlu hænurnar sínar
and she allowed her little chickens to crawl all over her
og hún leyfði litlu hænunum sínum að skríða yfir sig

"I know what you want," said the sea witch
"Ég veit hvað þú vilt," sagði sjónornin
"It is very stupid of you to want such a thing"
„Það er mjög heimskulegt af þér að vilja slíkt"
"but you shall have your way, however stupid it is"
"en þú skalt fá leið þína, hversu heimskulegt sem það er"
"though your wish will bring you to sorrow, my pretty princess"
"þó að ósk þín leiði þig til sorgar, fallega prinsessa mín"
"You want to get rid of your mermaid's tail"
"Þú vilt losna við hala hafmeyjunnar þinnar"
"and you want to have two stumps instead"
"og þú vilt hafa tvo stubba í staðinn"
"this will make you like the human beings on earth"
"þetta mun gera þig eins og manneskjurnar á jörðinni"
"and then the young prince might fall in love with you"
"og þá gæti ungi prinsinn orðið ástfanginn af þér"
"and then you might have an immortal soul"
"og þá gætirðu átt ódauðlega sál"

the witch laughed loud and disgustingly
nornin hló hátt og ógeðslega
the toad and the snakes fell to the ground
paddan og snákarnir féllu til jarðar
and they lay there wriggling on the floor
og lágu þeir þar og töpuðu á gólfinu
"You came to me just in time," said the witch
„Þú komst til mín í tæka tíð," sagði nornin
"after sunrise tomorrow it would have been too late"
„eftir sólarupprás á morgun hefði það verið of seint"
"after tomorrow I would not have been able to help you till the end of another year"
"eftir morgundaginn hefði ég ekki getað hjálpað þér fyrr en undir lok annars árs"
"I will prepare a potion for you"
"Ég skal útbúa drykk fyrir þig"
"swim up to the land tomorrow, before sunrise"
„syndu upp á land á morgun, fyrir sólarupprás"
"seat yourself there and drink the potion"
"setstu þar og drekktu drykkinn"
"after you drink the potion your tail will disappear"
"eftir að þú hefur drukkið drykkinn mun halinn þinn hverfa"
"and then you will have what men call legs"
"og þá muntu hafa það sem menn kalla fætur"

"all will say you are the prettiest girl in the world"
"Allir munu segja að þú sért fallegasta stelpa í heimi"
"but for this you will have to endure great pain"
"en fyrir þetta muntu þurfa að þola mikinn sársauka"
"it will be as if a sword were passing through you"
"það mun vera eins og sverð fari í gegnum þig"
"You will still have the same gracefulness of movement"
"Þú munt samt hafa sömu þokkafulla hreyfingu"
"it will be as if you are floating over the ground"
"það verður eins og þú svífi yfir jörðu"
"and no dancer will ever tread as lightly as you"

"og enginn dansari mun nokkurn tímann ganga eins létt og þú"
"but every step you take will cause you great pain"
"en hvert skref sem þú tekur mun valda þér miklum sársauka"
"it will be as if you were treading upon sharp knives"
"það verður eins og þú værir að troða á beittum hnífum"
"If you bear all this suffering, I will help you"
"Ef þú berð allar þessar þjáningar, mun ég hjálpa þér"
the little mermaid thought of the prince
litla hafmeyjan hugsaði um prinsinn
and she thought of the happiness of an immortal soul
og hún hugsaði um hamingju ódauðlegrar sálar
"Yes, I will," said the little princess
„Já, ég geri það," sagði litla prinsessan
but, as you can imagine, her voice trembled with fear
en eins og þú getur ímyndað þér, skalf rödd hennar af ótta

"do not rush into this," said the witch
"Ekki flýta þér út í þetta," sagði nornin
"once you are shaped like a human, you can never return"
„Þegar þú ert í laginu eins og maður geturðu aldrei snúið aftur"
"and you will never again take the form of a mermaid"
"og þú munt aldrei aftur taka mynd af hafmeyju"
"You will never return through the water to your sisters"
"Þú munt aldrei snúa aftur í gegnum vatnið til systra þinna"
"nor will you ever go to your father's palace again"
„Þú munt aldrei aftur fara í höll föður þíns"
"you will have to win the love of the prince"
"þú verður að vinna ást prinsins"
"he must be willing to forget his father and mother for you"
"hann hlýtur að vera tilbúinn að gleyma föður sínum og móður fyrir þig"
"and he must love you with all of his soul"
"og hann verður að elska þig af allri sálu sinni"
"the priest must join your hands together"

„presturinn verður að taka höndum saman"
"and he must make you man and wife in holy matrimony"
"og hann verður að gera ykkur að manni og konu í heilögu hjónabandi"
"only then will you have an immortal soul"
"aðeins þá muntu hafa ódauðlega sál"
"but you must never allow him to marry another woman"
"en þú mátt aldrei leyfa honum að giftast annarri konu"
"the morning after he marries another woman, your heart will break"
"morguninn eftir að hann giftist annarri konu mun hjarta þitt brotna"
"and you will become foam on the crest of the waves"
"og þú munt verða að froðu á öldutoppnum"
the little mermaid became as pale as death
litla hafmeyjan varð föl eins og dauðinn
"I will do it," said the little mermaid
„Ég skal gera það," sagði litla hafmeyjan

"But I must be paid, also," said the witch
"En ég verð að fá borgað líka," sagði nornin
"and it is not a trifle that I ask for"
"og það er ekkert smáræði sem ég bið um"
"You have the sweetest voice of any who dwell here"
„Þú hefur sætustu rödd allra sem hér búa"
"you believe that you can charm the prince with your voice"
"þú trúir því að þú getir heilla prinsinn með rödd þinni"
"But your beautiful voice you must give to me"
"En fallega rödd þína verður þú að gefa mér"
"The best thing you possess is the price of my potion"
"Það besta sem þú átt er verðið á drykknum mínum"
"the potion must be mixed with my own blood"
"drykknum verður að blanda saman við mitt eigið blóð"
"only this mixture makes the potion as sharp as a two-edged sword"

„aðeins þessi blanda gerir drykkinn jafn beittan og tvíeggjað sverð"

the little mermaid tried to object to the cost
litla hafmeyjan reyndi að mótmæla kostnaðinum
"But if you take away my voice..." said the little mermaid
"En ef þú tekur af mér röddina..." sagði litla hafmeyjan
"if you take away my voice, what is left for me?"
"ef þú tekur af mér röddina, hvað er þá eftir handa mér?"
"Your beautiful form," suggested the sea witch
"Fallega form þitt," lagði sjávarnornin til
"your graceful walk, and your expressive eyes"
"þín þokkafulla ganga og svipmikil augu þín"
"Surely, with these things you can enchain a man's heart?"
"Víst, með þessum hlutum er hægt að festa hjarta manns?"
"Well, have you lost your courage?" the sea witch asked
"Jæja, hefurðu misst kjarkinn?" spurði sjónornin
"Put out your little tongue, so that I can cut it off"
"Réttu út litlu tunguna þína, svo að ég geti skorið hana af"
"then you shall have the powerful potion"
„þá skalt þú fá hinn kröftuga drykk"
"It shall be," said the little mermaid
„Það skal vera," sagði litla hafmeyjan

Then the witch placed her cauldron on the fire
Síðan setti nornin ketilinn sinn á eldinn
"Cleanliness is a good thing," said the sea witch
"Hreinlæti er gott," sagði sjávarnornin
she scoured the vessels for the right snake
hún hreinsaði kerin eftir rétta snáknum
all the snakes had been tied together in a large knot
allir snákarnir höfðu verið bundnir saman í stóran hnút
Then she pricked herself in the breast
Svo stakk hún sig í brjóstið
and she let the black blood drop into the caldron
og hún lét svarta blóðið falla í katlinn

The steam that rose twisted itself into horrible shapes
Gufan sem reis snéri sér í hræðileg form
no person could look at the shapes without fear
enginn gat horft á formin án ótta
Every moment the witch threw new ingredients into the vessel
Á hverju augnabliki henti nornin nýju hráefni í kerið
finally, with everything inside, the caldron began to boil
loksins, með allt inni, byrjaði katlinn að sjóða
there was the sound like the weeping of a crocodile
það heyrðist hljóð eins og grátur krókódíls
and at last the magic potion was ready
og loksins var töfradrykkurinn tilbúinn
despite its ingredients, the potion looked like the clearest water
þrátt fyrir innihaldsefnin leit drykkurinn út eins og tærasta vatnið
"There it is, all for you," said the witch
„Þarna er það, allt fyrir þig," sagði nornin
and then she cut off the little mermaid's tongue
og svo skar hún tunguna af litlu hafmeyjunni
so that the little mermaid could never again speak, nor sing again
svo að litla hafmeyjan gæti aldrei framar talað, né sungið aftur
"the polypi might try and grab you on the way out"
„fjölpúðinn gæti reynt að grípa þig á leiðinni út"
"if they try, throw over them a few drops of the potion"
"ef þeir reyna, hentu yfir þá nokkrum dropum af drykknum"
"and their fingers will be torn into a thousand pieces"
"og fingur þeirra munu rifna í þúsund mola"
But the little mermaid had no need to do this
En litla hafmeyjan þurfti ekki að gera þetta
the polypi sprang back in terror when they saw her
fjölpípan spratt aftur af skelfingu þegar þeir sáu hana
they saw she had lost her tongue to the sea witch
þeir sáu að hún hafði misst tunguna fyrir sjónorninni

and they saw she was carrying the potion
og þeir sáu að hún bar drykkinn
the potion shone in her hand like a twinkling star
drykkurinn skein í hendi hennar eins og tindrandi stjarna

So she passed quickly through the wood and the marsh
Hún fór því hratt í gegnum skóginn og mýrina
and she passed between the rushing whirlpools
og hún fór á milli þjótandi hringiðunnar
soon she made her way back to the palace of her father
brátt lagði hún leið sína aftur til hallar föður síns
all the torches in the ballroom were extinguished
slökkt var á öllum kyndlum í danssalnum
all within the palace must now be asleep
allir innan hallarinnar verða nú að vera sofandi
But she did not go inside to see them
En hún fór ekki inn til að sjá þá
she knew she was going to leave them forever
hún vissi að hún ætlaði að fara frá þeim að eilífu
and she knew her heart would break if she saw them
og hún vissi að hjarta hennar myndi brotna ef hún sæi þá
she went into the garden one last time
hún fór í garðinn í síðasta sinn
and she took a flower from each one of her sisters
og hún tók blóm af hverri systur sinni
and then she rose up through the dark-blue waters
og svo reis hún upp í gegnum dökkblá vötnin

The Little Mermaid Meets the Prince
Litla hafmeyjan hittir prinsinn

the little mermaid arrived at the prince's palace
litla hafmeyjan kom í höll prinsins
the sun had not yet risen from the sea
þá var sólin ekki enn komin upp úr sjónum
and the moon shone clear and bright in the night
og tunglið skein skýrt og bjart um nóttina
the little mermaid sat at the beautiful marble steps
litla hafmeyjan sat við fallegu marmaratröppurnar
and then the little mermaid drank the magic potion
og svo drakk litla hafmeyjan töfradrykkinn
she felt the cut of a two-edged sword cut through her
hún fann högg tvíeggjaðs sverðs skera í gegnum sig
and she fell into a swoon, and lay like one dead
og hún féll í svima og lá eins og dauður
the sun rose from the sea and shone over the land
sólin reis upp úr sjónum og skein yfir landið
she recovered and felt the pain from the cut
hún jafnaði sig og fann sársaukann frá skurðinum
but before her stood the handsome young prince
en fyrir henni stóð hinn myndarlegi ungi prins

He fixed his coal-black eyes upon the little mermaid
Hann rak kolsvörtu augun sín á litlu hafmeyjuna
he looked so earnestly that she cast down her eyes
hann horfði svo alvarlega að hún kastaði niður augunum
and then she became aware that her fish's tail was gone
og þá varð hún var við að skottið á fiskinum hennar var horfið
she saw that she had the prettiest pair of white legs
hún sá að hún var með fallegustu hvítu fæturna
and she had tiny feet, as any little maiden would have
og hún hafði örsmáa fætur, eins og hver lítil mey hefði átt
But, having come from the sea, she had no clothes
En hún var komin af sjónum og átti engin föt

so she wrapped herself in her long, thick hair
svo hún vafði sig inn í sítt og þykkt hárið
The prince asked her who she was and whence she came
Prinsinn spurði hana hver hún væri og hvaðan hún kæmi
She looked at him mildly and sorrowfully
Hún horfði á hann blíðlega og sorgmæddur
but she had to answer with her deep blue eyes
en hún varð að svara með djúpbláu augunum
because the little mermaid could not speak anymore
því litla hafmeyjan gat ekki talað lengur
He took her by the hand and led her to the palace
Hann tók í hönd hennar og leiddi hana að höllinni

Every step she took was as the witch had said it would be
Hvert skref sem hún tók var eins og nornin hafði sagt að það yrði
she felt as if she were treading upon sharp knives
henni leið eins og hún væri að troða beittum hnífum
She bore the pain of her wish willingly, however
Hún bar þó sársauka óskar sinnar fúslega
and she moved at the prince's side as lightly as a bubble
og hún hreyfði sig við hlið prinsins létt eins og kúla
all who saw her wondered at her graceful, swaying movements
allir sem sáu hana undruðust þokkafullum, sveiflóttum hreyfingum hennar
She was very soon arrayed in costly robes of silk and muslin
Hún var mjög fljótlega klædd í dýra skikkju úr silki og múslíni
and she was the most beautiful creature in the palace
og hún var hin fegursta skepna í höllinni
but she appeared dumb, and could neither speak nor sing
en hún virtist mállaus og gat hvorki talað né sungið

there were beautiful female slaves, dressed in silk and gold
þar voru fallegar þrælar, klæddar silki og gulli
they stepped forward and sang in front of the royal family

þeir stigu fram og sungu fyrir konungsfjölskyldunni
each slave could sing better than the next one
hver þræll gæti sungið betur en sá næsti
and the prince clapped his hands and smiled at her
og prinsinn klappaði saman höndunum og brosti til hennar
This was a great sorrow to the little mermaid
Þetta var mikil sorg fyrir litlu hafmeyjuna
she knew how much more sweetly she was able to sing
hún vissi hversu miklu ljúfari hún var fær um að syngja
"if only he knew I have given away my voice to be with him!"
"ef hann bara vissi að ég hef gefið frá mér rödd mína til að vera með honum!"

there was music being played by an orchestra
þar var leikin tónlist af hljómsveit
and the slaves performed some pretty, fairy-like dances
og þrælarnir sýndu nokkra fallega, ævintýralega dansa
Then the little mermaid raised her lovely white arms
Þá lyfti litla hafmeyjan upp fallegu hvítu handleggina sína
she stood on the tips of her toes like a ballerina
hún stóð á tánum eins og ballerína
and she glided over the floor like a bird over water
og hún renndi yfir gólfið eins og fugl yfir vatni
and she danced as no one yet had been able to dance
og hún dansaði þar sem enginn hafði enn getað dansað
At each moment her beauty was more revealed
Á hverri stundu kom fegurð hennar betur í ljós
most appealing of all, to the heart, were her expressive eyes
mest aðlaðandi af öllu, til hjartans, voru svipmikil augu hennar
Everyone was enchanted by her, especially the prince
Allir voru heillaðir af henni, sérstaklega prinsinn
the prince called her his deaf little foundling
prinsinn kallaði hana heyrnarlausa litla fundabarnið sitt
and she happily continued to dance, to please the prince

og glöð hélt hún áfram að dansa, til að þóknast prinsinum
but we must remember the pain she endured for his pleasure
en við verðum að muna sársaukann sem hún þoldi honum til ánægju
every step on the floor felt as if she trod on sharp knives
hvert fótmál var eins og hún tróð á beittum hnífum

The prince said she should remain with him always
Prinsinn sagði að hún ætti alltaf að vera hjá honum
and she was given permission to sleep at his door
og hún fékk leyfi til að sofa hjá honum
they brought a velvet cushion for her to lie on
þeir komu með flauelspúða fyrir hana til að liggja á
and the prince had a page's dress made for her
og prinsinn lét búa til síðkjól handa henni
this way she could accompany him on horseback
þannig gat hún fylgt honum á hestbaki
They rode together through the sweet-scented woods
Þau riðu saman um ilmandi skóginn
in the woods the green branches touched their shoulders
í skóginum snertu grænu greinarnar axlir þeirra
and the little birds sang among the fresh leaves
og smáfuglarnir sungu meðal ferskra laufanna
She climbed with him to the tops of high mountains
Hún klifraði með honum upp á tinda hára fjalla
and although her tender feet bled, she only smiled
og þó að blíða fætur hennar blæði, brosti hún aðeins
she followed him till the clouds were beneath them
hún fylgdi honum þar til skýin voru undir þeim
like a flock of birds flying to distant lands
eins og fuglahjörð sem flýgur til fjarlægra landa

when all were asleep she sat on the broad marble steps
þegar allir voru sofnaðir sat hún á breiðu marmaratröppunum
it eased her burning feet to bathe them in the cold water

það létti á brennandi fótum hennar að baða þá í köldu vatni
It was then that she thought of all those in the sea
Það var þá sem hún hugsaði um alla þá sem voru í sjónum
Once, during the night, her sisters came up, arm in arm
Einu sinni um nóttina komu systur hennar upp, arm í arm
they sang sorrowfully as they floated on the water
þeir sungu hryggilega þegar þeir flautu á vatninu
She beckoned to them, and they recognized her
Hún benti þeim, og þeir þekktu hana
they told her how they had grieved their youngest sister
þeir sögðu henni hvernig þeir hefðu syrgt yngstu systur sína
after that, they came to the same place every night
eftir það komu þeir á sama stað á hverju kvöldi
Once she saw in the distance her old grandmother
Einu sinni sá hún ömmu sína gömlu í fjarska
she had not been to the surface of the sea for many years
hún hafði ekki komið upp á yfirborð sjávar í mörg ár
and the old Sea King, her father, with his crown on his head
og gamli sækonungurinn, faðir hennar, með kórónu sína á höfði sér
he too came to where she could see him
hann kom líka þangað sem hún gat séð hann
They stretched out their hands towards her
Þeir réttu fram hendurnar í áttina að henni
but they did not venture as near the land as her sisters
en þær fóru ekki eins nærri landi og systur hennar

As the days passed she loved the prince more dearly
Eftir því sem dagarnir liðu elskaði hún prinsinn heitari
and he loved her as one would love a little child
og hann elskaði hana eins og maður myndi elska lítið barn
The thought never came to him to make her his wife
Aldrei datt honum í hug að gera hana að eiginkonu sinni
but, unless he married her, her wish would never come true
en, nema hann giftist henni, myndi ósk hennar aldrei rætast
unless he married her she could not receive an immortal soul

nema hann giftist henni gæti hún ekki fengið ódauðlega sál
and if he married another her dreams would shatter
og ef hann giftist öðrum myndu draumar hennar splundrast
on the morning after his marriage she would dissolve
morguninn eftir giftingu hans myndi hún leysast upp
and the little mermaid would become the foam of the sea
og litla hafmeyjan yrði að froðu hafsins

the prince took the little mermaid in his arms
prinsinn tók litlu hafmeyjuna í fangið
and he kissed her on her forehead
og hann kyssti hana á ennið
with her eyes she tried to ask him
með augunum reyndi hún að spyrja hann
"Do you not love me the most of them all?"
"Elskarðu mig ekki mest af þeim öllum?"
"Yes, you are dear to me," said the prince
„Já, þú ert mér kær," sagði prinsinn
"because you have the best heart"
"vegna þess að þú ert með besta hjartað"
"and you are the most devoted to me"
"og þú ert mest trúaður mér"
"You are like a young maiden whom I once saw"
"Þú ert eins og ung mey sem ég sá einu sinni"
"but I shall never meet this young maiden again"
"en ég mun aldrei hitta þessa ungu mey aftur"
"I was in a ship that was wrecked"
„Ég var í skipi sem var brotið"
"and the waves cast me ashore near a holy temple"
"og öldurnar skutu mér á land nálægt heilögu musteri"
"at the temple several young maidens performed the service"
"Í musterinu fluttu nokkrar ungar meyjar þjónustuna"
"The youngest maiden found me on the shore"
"Yngsta mær fann mig á ströndinni"
"and the youngest of the maidens saved my life"
"og yngsta meyjanna bjargaði lífi mínu"

"I saw her but twice," he explained
„Ég sá hana en tvisvar," útskýrði hann
"and she is the only one in the world whom I could love"
"og hún er sú eina í heiminum sem ég gæti elskað"
"But you are like her," he reassured the little mermaid
„En þú ert eins og hún," fullvissaði hann litlu hafmeyjuna
"and you have almost driven her image from my mind"
"og þú hefur næstum rekið ímynd hennar úr huga mér"
"She belongs to the holy temple"
„Hún tilheyrir hinu heilaga musteri"
"good fortune has sent you instead of her to me"
"gæfan hefur sent þig í stað hennar til mín"
"We will never part," he comforted the little mermaid
„Við munum aldrei skilja," huggaði hann litlu hafmeyjuna

but the little mermaid could not help but sigh
en litla hafmeyjan gat ekki annað en andvarpað
"he knows not that it was I who saved his life"
„hann veit ekki að það var ég sem bjargaði lífi hans"
"I carried him over the sea to where the temple stands"
„Ég bar hann yfir hafið þangað sem musterið stendur"
"I sat beneath the foam till the human came to help him"
„Ég sat undir froðu þar til maðurinn kom til að hjálpa honum"
"I saw the pretty maiden that he loves"
„Ég sá fallegu meyjuna sem hann elskar"
"the pretty maiden that he loves more than me"
"fagur mær sem hann elskar meira en mig"
The mermaid sighed deeply, but she could not weep
Hafmeyjan andvarpaði djúpt, en hún gat ekki grátið
"He says the maiden belongs to the holy temple"
„Hann segir að mærin tilheyri hinu heilaga musteri"
"therefore she will never return to the world"
„þess vegna mun hún aldrei snúa aftur í heiminn"
"they will meet no more," the little mermaid hoped
„þeir munu ekki hittast lengur," vonaði litla hafmeyjan
"I am by his side and see him every day"

„Ég er við hlið hans og sé hann á hverjum degi"
"I will take care of him, and love him"
„Ég mun sjá um hann og elska hann"
"and I will give up my life for his sake"
"og ég mun gefa líf mitt fyrir hans sakir"

The Day of the Wedding
Brúðkaupsdagurinn

Very soon it was said that the prince was going to marry
Mjög fljótlega var sagt að prinsinn ætlaði að giftast
there was the beautiful daughter of a neighbouring king
þar var fögur dóttir nágrannakonungs
it was said that she would be his wife
var sagt að hún yrði kona hans
for the occasion a fine ship was being fitted out
af því tilefni var verið að útbúa fínt skip
the prince said he intended only to visit the king
prinsinn sagðist aðeins ætla að heimsækja konung
they thought he was only going so as to meet the princess
þeir héldu að hann ætlaði bara að hitta prinsessuna
The little mermaid smiled and shook her head
Litla hafmeyjan brosti og hristi höfuðið
She knew the prince's thoughts better than the others
Hún þekkti hugsanir prinsins betur en aðrir

"I must travel," he had said to her
„Ég verð að ferðast," hafði hann sagt við hana
"I must see this beautiful princess"
„Ég verð að sjá þessa fallegu prinsessu"
"My parents want me to go and see her"
„Foreldrar mínir vilja að ég fari og hitti hana"
"but they will not oblige me to bring her home as my bride"
"en þeir munu ekki skylda mig til að koma með hana heim sem brúður mína"
"you know that I cannot love her"
"þú veist að ég get ekki elskað hana"
"because she is not like the beautiful maiden in the temple"
"því hún er ekki eins og fallega meyjan í musterinu"
"the beautiful maiden whom you resemble"
"fögur mey sem þú líkist"
"If I were forced to choose a bride, I would choose you"

"Ef ég væri neyddur til að velja brúður myndi ég velja þig"
"my deaf foundling, with those expressive eyes"
"heyrnarlausa ættingjan mín, með þessi svipmiklu augu"
Then he kissed her rosy mouth
Svo kyssti hann bjartan munn hennar
and he played with her long, waving hair
og hann lék sér með sítt og vaglað hár hennar
and he laid his head on her heart
og hann lagði höfuðið á hjarta hennar
she dreamed of human happiness and an immortal soul
hana dreymdi mannlega hamingju og ódauðlega sál

they stood on the deck of the noble ship
þeir stóðu á þilfari hins göfuga skips
"You are not afraid of the sea, are you?" he said
"Þú ert ekki hræddur við sjóinn, er það?" sagði hann
the ship was to carry them to the neighbouring country
skipið átti að flytja þá til nágrannalands
Then he told her of storms and of calms
Síðan sagði hann henni frá stormi og logn
he told her of strange fishes deep beneath the water
hann sagði henni frá undarlegum fiskum djúpt undir vatninu
and he told her of what the divers had seen there
og sagði henni hvað kafararnir höfðu séð þar
She smiled at his descriptions, slightly amused
Hún brosti að lýsingum hans, svolítið skemmtileg
she knew better what wonders were at the bottom of the sea
hún vissi betur hvaða undur voru á hafsbotni

the little mermaid sat on the deck at moonlight
litla hafmeyjan sat á þilfarinu í tunglsljósi
all on board were asleep, except the man at the helm
allir um borð voru sofandi, nema maðurinn við stjórnvölinn
and she gazed down through the clear water
og hún horfði niður í gegnum tæra vatnið
She thought she could distinguish her father's castle

Hún hélt að hún gæti greint kastala föður síns
and in the castle she could see her aged grandmother
og í kastalanum gat hún séð aldraða ömmu sína
Then her sisters came out of the waves
Svo komu systur hennar upp úr öldunum
and they gazed at their sister mournfully
og þeir horfðu sorgmæddir á systur sína
She beckoned to her sisters, and smiled
Hún benti systrum sínum og brosti
she wanted to tell them how happy and well off she was
hún vildi segja þeim hversu glöð og vel hún væri
But the cabin boy approached and her sisters dived down
En skála drengurinn nálgaðist og systur hennar kafaði niður
he thought what he saw was the foam of the sea
hann hélt að það sem hann sá væri froða hafsins

The next morning the ship got into the harbour
Morguninn eftir komst skipið í höfnina
they had arrived in a beautiful coastal town
þau voru komin í fallegan strandbæ
on their arrival they were greeted by church bells
við komu þeirra tóku kirkjuklukkur á móti þeim
and from the high towers sounded a flourish of trumpets
og úr háum turnum hljómaði lúðrablóm
soldiers lined the roads through which they passed
hermenn lágu á vegum sem þeir fóru um
Soldiers, with flying colors and glittering bayonets
Hermenn, með glans og glitrandi byssur
Every day that they were there there was a festival
Á hverjum degi sem þeir voru þar var hátíð
balls and entertainments were organised for the event
Böll og skemmtanir voru skipulagðar í tilefni viðburðarins
But the princess had not yet made her appearance
En prinsessan hafði ekki enn látið sjá sig
she had been brought up and educated in a religious house
hún hafði verið alin upp og menntað í trúarlegu húsi

she was learning every royal virtue of a princess
hún var að læra allar konunglegar dyggðir prinsessu

At last, the princess made her royal appearance
Loksins kom prinsessan fram konunglega
The little mermaid was anxious to see her
Litla hafmeyjan var ákafur að sjá hana
she had to know whether she really was beautiful
hún varð að vita hvort hún væri virkilega falleg
and she was obliged to admit she really was beautiful
og hún varð að viðurkenna að hún væri virkilega falleg
she had never seen a more perfect vision of beauty
hún hafði aldrei séð fullkomnari fegurðarsýn
Her skin was delicately fair
Húð hennar var fínlega ljós
and her laughing blue eyes shone with truth and purity
og bláu hlæjandi augun hennar ljómuðu af sannleika og hreinleika
"It was you," said the prince
„Þetta varst þú," sagði prinsinn
"you saved my life when I lay as if dead on the beach"
"þú bjargaðir lífi mínu þegar ég lá eins og dauður á ströndinni"
"and he held his blushing bride in his arms"
"og hann hélt á roðnandi brúði sinni í fanginu"

"Oh, I am too happy!" said he to the little mermaid
"Ó, ég er of ánægður!" sagði hann við litlu hafmeyjuna
"my fondest hopes are now fulfilled"
„Mínar heitustu vonir eru nú uppfylltar"
"You will rejoice at my happiness"
"Þú munt gleðjast yfir hamingju minni"
"because your devotion to me is great and sincere"
"vegna þess að tryggð þín við mig er mikil og einlæg"
The little mermaid kissed the prince's hand
Litla hafmeyjan kyssti hönd prinsins

and she felt as if her heart were already broken
og henni leið eins og hjarta hennar væri þegar brotið
the morning of his wedding was going to bring death to her
Morguninn fyrir brúðkaupið hans ætlaði að leiða hana til dauða
she knew she was to become the foam of the sea
hún vissi að hún átti eftir að verða froða hafsins

the sound of the church bells rang through the town
kirkjuklukkuhljómur hringdi í gegnum bæinn
the heralds rode through the town proclaiming the betrothal
boðberarnir riðu um bæinn og boðuðu trúlofunina
Perfumed oil was burned in silver lamps on every altar
Ilmandi olía var brennd í silfurlömpum á hverju altari
The priests waved the censers over the couple
Prestarnir veifuðu eldpönnunum yfir hjónin
and the bride and the bridegroom joined their hands
og brúðurin og brúðguminn tóku höndum saman
and they received the blessing of the bishop
og fengu þeir blessun biskups
The little mermaid was dressed in silk and gold
Litla hafmeyjan var klædd í silki og gull
she held up the bride's dress, in great pain
hún hélt uppi kjól brúðarinnar, með miklum sársauka
but her ears heard nothing of the festive music
en eyru hennar heyrðu ekkert af hátíðartónlistinni
and her eyes saw not the holy ceremony
og augu hennar sáu ekki hina helgu athöfn
She thought of the night of death coming to her
Hún hugsaði um dauðanóttina koma til hennar
and she mourned for all she had lost in the world
og hún harmaði allt sem hún hafði misst í heiminum

that evening the bride and bridegroom boarded the ship
um kvöldið gengu brúðhjónin um borð í skipið
the ship's cannons were roaring to celebrate the event

Fallbyssur skipsins voru að grenja til að fagna atburðinum
and all the flags of the kingdom were waving
og allir fánar ríkisins veifuðu
in the centre of the ship a tent had been erected
í miðju skipsins hafði verið reist tjald
in the tent were the sleeping couches for the newlyweds
í tjaldinu voru svefnsófarnir fyrir nýgiftu hjónin
the winds were favourable for navigating the calm sea
vindar voru hagstæðir til að sigla um lygnan sjó
and the ship glided as smoothly as the birds of the sky
og skipið rann eins mjúklega og fuglar himinsins

When it grew dark, a number of colored lamps were lighted
Þegar dimmt varð var kveikt á nokkrum lituðum lömpum
the sailors and royal family danced merrily on the deck
sjómennirnir og konungsfjölskyldan dönsuðu kátir á dekkinu
The little mermaid could not help thinking of her birthday
Litla hafmeyjan gat ekki varist því að hugsa um afmælið sitt
the day that she rose out of the sea for the first time
daginn sem hún reis upp úr sjónum í fyrsta sinn
similar joyful festivities were celebrated on that day
svipuð gleðihátíð var haldin þann dag
she thought about the wonder and hope she felt that day
hún hugsaði um undrunina og vonina sem hún fann þann dag
with those pleasant memories, she too joined in the dance
með þessum skemmtilegu minningum tók hún líka þátt í dansinum
on her paining feet, she poised herself in the air
á sársaukafullum fótum sínum stillti hún sér upp í loftið
the way a swallow poises itself when in pursued of prey
hvernig svala stillir sig upp þegar hún er elt af bráð
the sailors and the servants cheered her wonderingly
sjómennirnir og þjónarnir fögnuðu henni undrandi
She had never danced so gracefully before
Hún hafði aldrei dansað jafn tignarlega áður
Her tender feet felt as if cut with sharp knives

Aumir fætur hennar voru eins og skornir með beittum hnífum
but she cared little for the pain of her feet
en henni var lítið um sársauka fótanna
there was a much sharper pain piercing her heart
það var miklu skarpari sársauki sem nísti hjarta hennar

She knew this was the last evening she would ever see him
Hún vissi að þetta var síðasta kvöldið sem hún myndi nokkurn tíma sjá hann
the prince for whom she had forsaken her kindred and home
prinsinn sem hún hafði yfirgefið ættingja sína og heimili fyrir
She had given up her beautiful voice for him
Hún hafði gefið upp fallegu röddina sína fyrir hann
and every day she had suffered unheard-of pain for him
og á hverjum degi hafði hún þjáðst af óheyrðum sársauka fyrir hann
she suffered all this, while he knew nothing of her pain
hún þjáðist allt þetta, meðan hann vissi ekkert um sársauka hennar
it was the last evening she would breath the same air as him
það var síðasta kvöldið sem hún andaði að sér sama lofti og hann
it was the last evening she would gaze on the same starry sky
það var síðasta kvöldið sem hún horfði á sama stjörnubjarta himininn
it was the last evening she would gaze into the deep sea
það var síðasta kvöldið sem hún horfði út í djúpið
it was the last evening she would gaze into the eternal night
það var síðasta kvöldið sem hún horfði inn í hina eilífu nótt
an eternal night without thoughts or dreams awaited her
hennar beið eilíf nótt án hugsana eða drauma
She was born without a soul, and now she could never win one
Hún fæddist án sálar og gæti nú aldrei unnið hana

All was joy and gaiety on the ship until long after midnight
Allt var gleði og glaðværð á skipinu þar til langt eftir miðnætti
She smiled and danced with the others on the royal ship
Hún brosti og dansaði við hina á konungsskipinu
but she danced while the thought of death was in her heart
en hún dansaði meðan hugsunin um dauðann var í hjarta hennar
she had to watch the prince dance with the princess
hún varð að horfa á prinsinn dansa við prinsessuna
she had to watch when the prince kissed his beautiful bride
hún varð að horfa á þegar prinsinn kyssti fallegu brúðina sína
she had to watch her play with the prince's raven hair
hún varð að horfa á hana leika sér með hrafnshár prinsins
and she had to watch them enter the tent, arm in arm
og hún varð að horfa á þá ganga inn í tjaldið, arm í arm

After the Wedding
Eftir brúðkaupið

After they had gone all became still on board the ship
Eftir að þeir voru farnir urðu allir kyrrir um borð í skipinu
only the pilot, who stood at the helm, was still awake
aðeins flugmaðurinn, sem stóð við stýrið, var enn vakandi
The little mermaid leaned on the edge of the vessel
Litla hafmeyjan hallaði sér á brún skipsins
she looked towards the east for the first blush of morning
hún horfði í austur í fyrsta morgunroðann
the first ray of the dawn, which was to be her death
fyrsti dögunargeislinn, sem átti að vera dauði hennar
from far away she saw her sisters rising out of the sea
langt í burtu sá hún systur sínar rísa upp úr sjónum
They were as pale with fear as she was
Þeir voru fölir af ótta og hún
but their beautiful hair no longer waved in the wind
en fallega hárið þeirra veifaði ekki lengur í vindinum
"We have given our hair to the witch," said they
"Við höfum gefið norninni hár okkar," sögðu þeir
"so that you do not have to die tonight"
„svo að þú þurfir ekki að deyja í kvöld"
"for our hair we have obtained this knife"
„fyrir hárið okkar höfum við fengið þennan hníf"
"Before the sun rises you must use this knife"
„Áður en sól kemur upp verður þú að nota þennan hníf"
"you must plunge the knife into the heart of the prince"
„þú verður að stinga hnífnum í hjarta prinsins"
"the warm blood of the prince must fall upon your feet"
"heitt blóð prinsins verður að falla á fætur þína"
"and then your feet will grow together again"
"og þá munu fætur þínir vaxa saman aftur"
"where you have legs you will have a fish's tail again"
"þar sem þú ert með fætur muntu hafa aftur fiskhala"

"and where you were human you will once more be a mermaid"
"og þar sem þú varst manneskja muntu aftur verða hafmeyja"
"then you can return to live with us, under the sea"
"þá geturðu farið aftur og búið hjá okkur, undir sjónum"
"and you will be given your three hundred years of a mermaid"
"og þér mun verða gefin þrjú hundruð ár þín af hafmeyju"
"and only then will you be changed into the salty sea foam"
"og aðeins þá verður þér breytt í salt sjávarfroðu"
"Haste, then; either he or you must die before sunrise"
„Flýttu þér því, annað hvort verður hann eða þú að deyja fyrir sólarupprás"
"our old grandmother mourns for you day and night"
"Gamla amma okkar syrgir þig dag og nótt"
"her white hair is falling out"
„hvíta hárið á henni er að detta"
"just as our hair fell under the witch's scissors"
"eins og hárið okkar féll undir skærum nornarinnar"
"Kill the prince, and come back," they begged her
"Drepið prinsinn og komdu aftur," báðu þeir hana
"Do you not see the first red streaks in the sky?"
"Sérðu ekki fyrstu rauðu rákin á himninum?"
"In a few minutes the sun will rise, and you will die"
„Eftir nokkrar mínútur mun sólin hækka á lofti og þú munt deyja"
having done their best, her sisters sighed deeply
eftir að hafa gert sitt besta, andvarpaði systur hennar djúpt
mournfully her sisters sank back beneath the waves
sorgmæddar sukku systur hennar aftur undir öldurnar
and the little mermaid was left with the knife in her hands
og litla hafmeyjan var skilin eftir með hnífinn í höndunum

she drew back the crimson curtain of the tent
hún dró frá sér rauðrauða fortjaldið á tjaldinu
and in the tent she saw the beautiful bride

og í tjaldinu sá hún hina fögru brúður
her face was resting on the prince's breast
andlit hennar hvíldi á brjósti prinsins
and then the little mermaid looked at the sky
og svo horfði litla hafmeyjan til himins
on the horizon the rosy dawn grew brighter and brighter
við sjóndeildarhringinn varð bjartari dögun bjartari og bjartari
She glanced at the sharp knife in her hands
Hún leit á beitta hnífinn í höndunum
and again she fixed her eyes on the prince
og aftur rak hún augun á prinsinn
She bent down and kissed his noble brow
Hún beygði sig niður og kyssti göfugt enni hans
he whispered the name of his bride in his dreams
hvíslaði hann nafn brúðar sinnar í draumum sínum
he was dreaming of the princess he had married
hann var að dreyma um prinsessuna sem hann hafði gifst
the knife trembled in the hand of the little mermaid
hnífurinn skalf í hendi litlu hafmeyjunnar
but she flung the knife far into the sea
en hún fleygði hnífnum langt í sjóinn

where the knife fell the water turned red
þar sem hnífurinn féll varð vatnið rautt
the drops that spurted up looked like blood
droparnir sem spruttu upp litu út eins og blóð
She cast one last look upon the prince she loved
Hún horfði í síðasta sinn á prinsinn sem hún elskaði
the sun pierced the sky with its golden arrows
sólin stakk himininn með gullnum örvum sínum
and she threw herself from the ship into the sea
ok kastaði hon sér af skipinu í sjóinn
the little mermaid felt her body dissolving into foam
litla hafmeyjan fann líkama sinn leysast upp í froðu
and all that rose to the surface were bubbles of air
og allt sem kom upp á yfirborðið voru loftbólur

the sun's warm rays fell upon the cold foam
hlýir geislar sólarinnar féllu á kalda froðuna
but she did not feel as if she were dying
en henni leið ekki eins og hún væri að deyja
in a strange way she felt the warmth of the bright sun
á undarlegan hátt fann hún fyrir hlýju glampandi sólar
she saw hundreds of beautiful transparent creatures
hún sá hundruð fallegra gegnsæra skepna
the creatures were floating all around her
verurnar svifu allt í kringum hana
through the creatures she could see the white sails of the ships
í gegnum skepnurnar sá hún hvít segl skipanna
and between the sails of the ships she saw the red clouds in the sky
og á milli segla skipanna sá hún rauð ský á himni
Their speech was melodious and childlike
Ræða þeirra var hljómmikil og barnaleg
but their speech could not be heard by mortal ears
en mál þeirra heyrðist ekki af dauðlegum eyrum
nor could their bodies be seen by mortal eyes
né var hægt að sjá líkama þeirra með dauðlegum augum
The little mermaid perceived that she was like them
Litla hafmeyjan skynjaði að hún var eins og þau
and she felt that she was rising higher and higher
og hún fann að hún rís hærra og hærra
"Where am I?" asked she, and her voice sounded ethereal
"Hvar er ég?" spurði hún, og rödd hennar hljómaði himinlifandi
there is no earthly music that could imitate her
það er engin jarðnesk tónlist sem gæti líkt eftir henni
"you are among the daughters of the air," answered one of them
"þú ert meðal dætra loftsins," svaraði ein þeirra
"A mermaid has not an immortal soul"
„Hafmeyja hefur ekki ódauðlega sál"

"**nor can mermaids obtain immortal souls**"
„hafmeyjar geta ekki heldur fengið ódauðlegar sálir"
"**unless she wins the love of a human being**"
"nema hún vinni ást manns"
"**on the will of another hangs her eternal destiny**"
"á vilja annars hanga eilíf örlög hennar"
"**like you, we do not have immortal souls either**"
"eins og þú, höfum við engar ódauðlegar sálir heldur"
"**but we can obtain an immortal soul by our deeds**"
"en við getum fengið ódauðlega sál með verkum okkar"
"**We fly to warm countries and cool the sultry air**"
„Við fljúgum til heitra landa og kælum sjóðandi loftið"
"**the heat that destroys mankind with pestilence**"
„hitinn sem eyðir mannkyninu með drepsótt"
"**We carry the perfume of the flowers**"
„Við berum ilmvatn af blómunum"
"**and we spread health and restoration**"
"og við dreifum heilsu og endurreisn"

"**for three hundred years we travel the world like this**"
„í þrjú hundruð ár ferðumst við svona um heiminn"
"**in that time we strive to do all the good in our power**"
„Á þeim tíma reynum við að gera allt það góða sem í okkar valdi stendur"
"**if we succeed we receive an immortal soul**"
„ef okkur tekst það fáum við ódauðlega sál"
"**and then we too take part in the happiness of mankind**"
"og svo tökum við líka þátt í hamingju mannkynsins"
"**You, poor little mermaid, have done your best**"
"Þú, greyið litla hafmeyjan, hefur gert þitt besta"
"**you have tried with your whole heart to do as we are doing**"
"þú hefur reynt af öllu hjarta að gera eins og við erum að gera"
"**You have suffered and endured an enormous pain**"
„Þú hefur þjáðst og þolað gríðarlegan sársauka"
"**by your good deeds you raised yourself to the spirit world**"
"með góðverkum þínum reist þú þig upp í andaheiminn"

"and now you will live alongside us for three hundred years"
"og nú munt þú búa við hlið okkar í þrjú hundruð ár"
"by striving like us, you may obtain an immortal soul"
"með því að keppa eins og við, geturðu öðlast ódauðlega sál"
The little mermaid lifted her glorified eyes toward the sun
Litla hafmeyjan lyfti glæsilegum augum sínum í átt að sólinni
for the first time, she felt her eyes filling with tears
í fyrsta skipti fann hún augun fyllast af tárum

On the ship she had left there was life and noise
Á skipinu sem hún hafði farið var líf og hávaði
she saw the prince and his beautiful bride searching for her
hún sá prinsinn og fallega brúður hans leita að henni
Sorrowfully, they gazed at the pearly foam
Sorglegir horfðu þeir á perlugljáa froðuna
it was as if they knew she had thrown herself into the waves
það var eins og þeir vissu að hún hefði kastað sér í öldurnar
Unseen, she kissed the forehead of the bride
Óséð kyssti hún ennið á brúðinni
and then she rose with the other children of the air
og svo reis hún upp með öðrum börnum loftsins
together they went to a rosy cloud that floated above
saman fóru þeir að rósóttu skýi sem svíf fyrir ofan

"After three hundred years," one of them started explaining
„Eftir þrjú hundruð ár," byrjaði einn þeirra að útskýra
"then we shall float into the kingdom of heaven," said she
"þá skulum við fljóta inn í himnaríki," sagði hún
"And we may even get there sooner," whispered a companion
„Og við gætum jafnvel komist þangað fyrr," hvíslaði félagi
"Unseen we can enter the houses where there are children"
„Óséð getum við farið inn í húsin þar sem börn eru"
"in some of the houses we find good children"
„í sumum húsanna finnum við góð börn"
"these children are the joy of their parents"

"þessi börn eru gleði foreldra sinna"
"and these children deserve the love of their parents"
"og þessi börn eiga skilið ást foreldra sinna"
"such children shorten the time of our probation"
„slík börn stytta skilorðstímann okkar"
"The child does not know when we fly through the room"
„Barnið veit ekki hvenær við fljúgum í gegnum herbergið"
"and they don't know that we smile with joy at their good conduct"
"og þeir vita ekki að við brosum af gleði yfir góðri framkomu þeirra"
"because then our judgement comes one day sooner"
"því þá kemur dómur okkar einum degi fyrr"
"But we see naughty and wicked children too"
„En við sjáum líka óþekk og vond börn"
"when we see such children we shed tears of sorrow"
„Þegar við sjáum slík börn fellum við sorgartár"
"and for every tear we shed a day is added to our time"
"og fyrir hvert tár sem við fellum á dag bætist við tíma okkar"

www.tranzlaty.com